Vườn Thiền mẹ Hiền

(Tùy bút)

Kieu Bich Thuy

Ukiyoto Publishing

All global publishing rights are held by

Ukiyoto Publishing

Published in 2024

Content Copyright © Kieu Bich Thuy

ISBN 9789367958766

www.ukiyoto.com

MỤC LỤC

Đôi bờ tình yêu

*M*ùa thu năm 2019, mẹ tôi xúng xính trong tà áo dài màu đỏ, nở nụ cười rạng rỡ dưới trời Moscow. Khoảnh khắc diệu kỳ ấy được lưu giữ bằng một tấm ảnh, mẹ in ra gài vào khung treo lên tường nhà trước khi COVID-19 ập đến.

Tại Quảng trường Đỏ - trung tâm Thủ đô Moscow cách đây hơn 40 năm, bố tôi cũng có một tấm ảnh đen trắng, ở cùng vị trí và cùng góc chụp với mẹ. Gần nửa thế kỷ, số phận luôn thử thách tình yêu của họ bằng cách hoán đổi không gian và thời gian.

Bố mẹ tôi kết hôn năm 1970 tại quê nhà Hải Hưng - một tỉnh cũ thuộc vùng Đồng bằng sông Hồng, được thành lập vào tháng 1 năm 1968 trên cơ sở sáp nhập hai tỉnh Hưng Yên và Hải Dương.

Bố tôi là bác sĩ, nhưng kiến thức ngành Dược của ông cũng rất đồ sộ. Đó là lý do Đại học Dược chiêu mộ ông về làm giảng viên. Ngoài kiến thức chuyên môn, bố tôi còn thành thạo 3 ngoại ngữ: tiếng Anh, tiếng Pháp, tiếng Nga. Bố mẹ tôi sống xa nhau, người ở Thủ đô, người ở quê. Họ chỉ có thể gặp nhau vào mỗi cuối tuần. Khoảng cách lúc xa lúc gần càng khiến tình cảm giữa họ thêm gắn bó.

Cuối năm 1979, chị cả nhà tôi tròn bảy tuổi, chị bé ba tuổi, bố lên đường sang nước Nga công tác, nhiệm kỳ bốn năm. Mẹ ở lại quê, hân hoan với công việc giảng dạy môn Lịch sử tại trường cấp III trong huyện. Hoàn thành việc trường lớp, mẹ tất tả về nhà lo việc đồng áng cùng ông bà nội và chăm sóc con cái.

Hết nhiệm kỳ công tác ở Nga, bố về nước năm 1983. Cuối năm 1984, tình yêu của bố mẹ có thêm một dấu mốc đáng nhớ bởi sự ra đời của con gái út, là tôi.

Năm 1989, bố nhận nhiệm vụ công tác và giảng dạy tại Algeria, một quốc gia nằm ở khu vực Bắc Phi. Tôi còn quá nhỏ nên không nhớ được nhiều kỷ niệm khi bố ở nhà. Bố đi rồi, tôi mới thấy rõ hình hài bố qua những tấm ảnh. Tôi ấn tượng nhất tấm ảnh cưới: bố mặc vest xám, mẹ mặc áo dài in hoa.

Bố có làn da sáng, đôi mắt sâu, vầng trán rộng và sống mũi cao. Ai gặp bố tôi lần đầu đều ngỡ bố là... người châu Âu. Mẹ tôi mang vẻ đẹp thuần Việt - khuôn mặt tròn đầy như trăng ngày rằm. Thời chưa lấy chồng, mẹ được mệnh danh "Hoa khôi làng Đình Dù". Đến tận bây giờ, các cậu và các dì bên ngoại vẫn tấm tắc nhan sắc một thời của mẹ. Thời đó, bố mẹ tôi là cặp đôi đẹp "hiếm có khó tìm" trong vùng.

Sáu tuổi, tôi trở thành "sinh viên đại học chữ to", hằng ngày mẹ dạy tôi tập viết, nắn nót từng chữ thật đẹp trên tờ giấy pơ luya trắng. Với tôi khi ấy, khái niệm về bố còn mơ hồ lắm. Khi viết thư cho bố, tôi chỉ biết làm theo những gì mẹ chỉ dẫn. Mẹ bảo tôi viết chữ nào thì tôi viết chữ ấy, mẹ dặn tôi vẽ cái gì thì tôi vẽ cái ấy. Sau này tôi mới hiểu, những bức thư nguệch ngoạc của tôi cũng là tình cảm mẹ thầm lặng gửi đến bố.

Nhưng, chúng tôi không có nhiều cơ hội để biên thư. Công tác tại Algeria chưa đầy hai năm, bố đột ngột quay về. Khác với chuyến về từ nước Nga, cuộc trở về lần này khiến mẹ tột cùng lo lắng. Bố yếu đến mức không thể ra khỏi máy bay khi tất cả những hành khách khác đã xuống. Mẹ và cậu tôi phải nhờ người quen ở sân bay hỗ trợ mới đưa được bố về nhà. Thần may mắn đã giúp bố hồi phục sau trận ốm không rõ nguyên nhân.

Kể từ đó, bố không nhận thêm bất kỳ chuyến công tác nước ngoài nào nữa. Ông vui vẻ với công việc giảng dạy tại Đại học Dược và cộng tác viết bài, dịch thuật cho một số tờ báo. Bố khích lệ mẹ cố gắng thêm vài năm nữa, khi nào về hưu, nhất định bố sẽ cùng mẹ trở lại nước Nga xinh đẹp. Nửa sau cuộc đời, bố hứa đưa mẹ đi du lịch thật nhiều, để bù đắp những tháng ngày mẹ một mình vất vả nuôi dạy các con.

Đó là điều mẹ kể đi kể lại cho tôi nghe khi bố đã mất vì một căn bệnh ác. Bác sĩ đoán rằng mầm bệnh xuất hiện từ thời bố công tác tại Algeria. Tình yêu thương của mẹ con tôi không thể thay đổi sự nghiệt ngã của số phận. Lần này bố đi "công tác" xa đến nỗi không bao giờ trở lại nữa. Lời hứa đưa mẹ sang nước Nga, sau này được chị bé thay bố thực hiện.

Mẹ tôi, dù đã ở tuổi 70 vẫn sở hữu nụ cười như thiếu nữ ngày nào. Ngắm tấm ảnh màu của mẹ và xem lại tấm ảnh đen trắng của bố được chụp cùng một không gian, chỉ khác nhau về thời gian, khiến tôi nhớ câu hát trong tình khúc nhạc Nga lời Việt:

"Một dòng sông sóng nước long lanh, đôi bờ đâu cách xa..."

Tình yêu bố mẹ tôi có những thời điểm buộc phải đặt sau trách nhiệm với công việc, với con cái, nhưng, bằng cách kỳ diệu nào đó, tình yêu ấy vẫn mênh mông vô tận, vẫn chảy xiết như dòng Neva và vĩnh hằng như cái nắm tay của đôi vợ chồng đang dạo bước dưới màn đêm trắng ở Saint Petersburg.

Người nhà

Tiếng nước mẹ khua rột roạt mặt ao, tiếng chim chuyền cành lách cha lách chách, tiếng gió quét lá xào xạc trong sân...

Sáng nào tôi cũng được đánh thức bởi dàn hợp âm đáng yêu như thế. Khung cảnh yên bình có thể nghe thấy, có thể chạm vào, đối với tôi, là điều vô ngần quý giá. Nó làm tôi nhớ thời kỳ tột cùng thử thách, khi cả thế giới chao đảo vì COVID-19.

Thời sự thông báo những ca lây nhiễm đầu tiên xuất hiện ở Việt Nam, mẹ hối hả mang về một thùng mì to để tích trữ. Phản ứng của mẹ làm tôi bật cười. Tôi nghĩ mẹ lo xa quá, thùng mì kia kiểu gì cũng ế chổng gọng. Ai ngờ, thời gian ngắn sau đó, "cách ly toàn xã hội" được áp dụng đúng lúc tôi ở Hà Nội, thế là không kịp về với mẹ!

Dịch bệnh diễn biến khôn lường. Mẹ con tôi ở cách nhau vỏn vẹn vài chục kilomet mà như hai thế giới biệt lập. May, hồi ấy mẹ đã chịu dùng điện thoại di động nên chúng tôi còn có thể liên lạc với nhau.

Bức tường rào cao ngất nghểu bất đắc dĩ được dựng lên ngay đầu phố làm tôi ngao ngán: Khi nào mới được về với mẹ? Mẹ ở một mình lâu thế liệu có ổn không? Khác với sự thấp thỏm lo lắng của tôi, mỗi lần gọi điện, giọng mẹ vẫn sang sảng:

- Mấy đứa có mua được gì ăn không? Có biết đường mà tích trữ thực phẩm không?

Tôi dạ vâng cho mẹ yên tâm. Mẹ đâu biết ngày nào con gái lớn của mẹ cũng được bạn bè tiếp tế đủ thứ của ngon vật lạ. Tôi nhớ có hôm chị cả chạy vụt ra ngoài ngõ, loáng cái thấy chị kĩu kịt xách về nhà hàng tá gói lườn ngỗng hun khói và gần chục niêu rươi kho sẵn, chất ngập tủ đá. Thật khó tin, chính những ngày chao đảo ấy, chị em tôi lại được ăn no, ăn ngon nhờ sự yêu thương của bạn bè.

Nhưng nghĩ đến mẹ, tôi lại sốt ruột. Không biết mẹ đã dùng đến thùng mì kia chưa? Nếu không thể đi chợ mua thực phẩm, mẹ phải làm thế nào? Lúc đó tôi chỉ ước giá như chị em tôi được về với mẹ, mà nếu chúng tôi chưa thể về thì ước gì chị hàng xóm mở cửa nhìn sang vườn xem mẹ đang làm gì. Nhiêu đó là đủ cho tôi yên lòng.

Trong lúc chị em tôi ngao ngán, nhóm chat "Đình Dù tuyệt đỉnh" bỗng xôn xao bởi một tấm ảnh kèm dòng tin nhắn "Thăm thân mùa COVID-19."

Ơn giời! Mợ Năm, dì Út và em họ đã gặp được mẹ tôi. Góp vui với mấy chị em, bác cháu là vài củ khoai và chiếc bắp luộc. Xôm quá là xôm! Tôi cuống quýt hỏi "Làm thế nào mợ sang được nhà cháu?". Mợ Năm cười rinh rích "Mợ phải nói khó với mấy bác cảnh vệ ở đầu làng, thế là mấy bác xé rào cho mợ lái xe vào tận cổng nhà cháu".

À, COVID-19 làm tôi quên mợ Năm nhà mình giỏi ngoại giao. Bù lại, nó giúp tôi nhận ra sự kết nối thần kỳ đến nhường nào và sự gần gũi quý giá biết bao nhiêu. Trong đại gia đình tôi, khoảng cách là điều không tồn tại. Mẹ tôi yêu các cậu các dì bao nhiêu thì cũng thương các mợ các chú bấy nhiêu. Sự gắn kết giữa họ khiến tôi cảm thấy ấm áp. Đại dịch cũng giúp tôi nhận ra yêu thương là thứ không gì có thể cách ly.

Lệnh giãn cách xã hội dần nới lỏng, tôi chạy về ngay với mẹ. Trước đó, tôi không biết mình bận rộn đến mức nào mà không nhận ra ngôi nhà và khu vườn của mẹ lộng lẫy xinh đẹp diệu kỳ nhường này. Đôi tay mẹ như có phép thuật khiến trong nhà, ngoài vườn ngập trong không khí cổ tích.

Khi những luồng vitamin D đầu tiên trong ngày trùm lên khu vườn cũng là lúc mấy nàng ong vàng rộn ràng rủ nhau đi lấy nước, có nàng vụng về đánh rơi vài giọt trên thềm nhà. Mấy chị bướm chanh đi kiếm ăn từ lúc tinh sương đã mỏi rã cánh. Tôi thấy họ đậu vội trên lá cây mẫu đơn, hồn nhiên chìm vào giấc ngủ ngon lành. Tôi đi dạo một vòng quanh vườn, hỏi thăm giàn thanh long, cụm hoa cúc ngũ sắc, khóm bồ công anh, mấy cây khế già, mấy nhành quất non,... xem họ ổn không, rồi mới vào nhà. Chiếc nồi nhỏ mẹ dùng để nấu cháo yến mạch đã nguội ngắt.

- Mẹ ơi, mẹ đâu rồi, về ăn sáng thôi.

Bữa điểm tâm nào tôi cũng được nhích đầy dạ dày bằng đủ thứ ngọt lịm ấy. Trước khi giải quyết công việc trong ngày, theo thói quen, tôi lại mở tin nhắn của mợ Tư để nhâm nhi thay cho liều vitamin tổng hợp.

"Đúng là 'Một dòng sông sóng nước long lanh, đôi bờ đâu cách xa...". Cảm ơn cuộc đời, đã cho mợ được bên cạnh những người thân yêu của đại gia đình chồng. Câu chuyện cháu viết về bố mẹ cháu thật cảm xúc, mà trong câu chuyện có từ "cậu tôi", mợ thấy được sự gắn kết vô tận, thấy như mình đang được ở trong câu chuyện ấy vậy. Cảm ơn cháu về câu chuyện gia đình tuyệt vời. Chính mợ cũng đã và đang hết mình để vun đắp cho xứng đáng với gia đình..., cháu yêu!"

Thật ra, tất cả những lời cảm ơn và sự biết ơn đó, là dành cho mẹ. Tình yêu thương của mẹ tạo ra năng lượng lan tỏa và kết nối không giới hạn. Năng lượng ấy thấm vào các cậu các mợ, lây lan sang chị em tôi và gieo rắc khắp khu vườn, khiến cho bất cứ loài sinh vật nào có duyên đến với mẹ, thì đều muốn làm người nhà của mẹ.

Ú òa với na

Biến lớn xảy ra ngoài ngõ khi năm Quý Mão 2023 khởi động chưa tròn 2 tuần. Tôi choáng khi thấy những tảng đất màu vàng nâu nằm ngả ngốn chất chồng lên nhau tạo thành ngọn núi cao vượt nóc cổng.

- Mẹ mua từng này đất về làm gì ạ?

- Làm vườn.

Câu trả lời của mẹ làm tôi choáng hơn. Mẹ đã có khu vườn lộng lẫy, mùa hè, đi dạo một vòng quanh vườn đủ mệt tướt bơ, đống đất vô tri này mẹ tính cất vào đâu? Nhưng mẹ là thế: luôn có những kế hoạch lạ kỳ và hành động bất ngờ. Ở với mẹ hàng chục năm mà chị em tôi chưa thể khám phá hết mê cung trí não của một bậc thầy kiến trúc nhà vườn như mẹ.

Khoảnh khắc tôi định thần trở lại cũng là lúc nhóm thợ mẹ thuê khuân đất từ cổng vào vườn đã hoàn thành công việc. Quá tò mò, quá háo hức, tôi cắm đầu cắm cổ chạy ra chiêm ngưỡng thành quả. Đống đất vô tri đã được hô biến thành một khoảnh vườn xinh xắn rộng tầm 10 mét vuông ngay tại vị trí cây muỗm vô tích sự bị mẹ đốn hạ hồi cuối năm.

Thân cây muỗm được cưa thành từng khúc làm rào chắn quanh vườn mới. À, cây muỗm trước đây rất mắn quả nhưng vẫn bị mẹ thêm vào danh sách "vô tích sự" vì ra quả nào hỏng quả ấy; quả càng to, sâu càng nhiều; vấn đề là sâu đục quả từ trong ra ngoài nên vô phương cứu chữa. Cứ mỗi độ tháng Ba - tháng Năm, những trái muỗm không khác gì "những trái bom sâu" rơi từ trên trời xuống.

- Bà ơi, bà đang làm gì đấy ạ?

- Ta đang rửa chân.

- Bà rửa chân sao phải đội mũ bảo hiểm thế kia?

- Ta sợ muỗm rơi lủng đầu.

Màn đối thoại giữa mẹ và cô cháu gái bên hàng xóm đã đi vào tiểu phẩm hài tôi viết gửi đăng trên một tờ báo. Cuối năm 2022, mẹ gom đủ lý do thuê thợ về... khai tử cây muỗm.

- Không ăn được quả thì để cây làm bóng mát, mẹ ơi!

 - Cây tạo oxy tươi lọc phổi cũng tốt mà mẹ!

Mấy câu năn nỉ của chị em tôi không cứu được cây muỗm vì một khi mẹ đã quyết thì không ai cản nổi. Với lại, mẹ thường hành động khi chúng tôi không ở nhà. Mẹ chơi nước cờ này thì Trời cũng không cứu được muỗm.

- Hóa kiếp này ra kiếp khác!

Tôi nhớ ngày xưa bà nội hay nói thế trước khi vặt lông gà, nay áp dụng cho cây muỗm, cũng có lý của mẹ. Chị em tôi tâm phục khẩu phục khi mẹ giải thích rằng khoảnh vườn mới này là nơi mẹ trồng sài đất làm nước tắm cho chắt ngoại đang bị chàm sữa mẩn ngứa khắp người. Bằng kinh nghiệm từ bà nội, người sở hữu khối kiến thức khổng lồ về thuốc nam trong dân gian, mẹ tin sài đất có thể chữa lành cho chắt ngoại nhờ tính mát và khả năng thanh nhiệt giải độc. Chưa rõ tác dụng thực tế của sài đất ra sao, nhưng khi vài khóm lớn bắt đầu trổ nụ, mẹ phấn khởi ra mặt:

- Thấy chưa? Khác gì "hoa vàng trên cỏ xanh".

Mẹ không dỗ khéo thì chị em tôi cũng không còn dỗi vụ cây muỗm bị khai tử. Ý tưởng và kế hoạch của mẹ tuyệt vời thế cơ mà. Bất ngờ mẹ dành cho chúng tôi chưa dừng ở đó. Cậu Tư sang chơi vào một chiều hè. Cậu không vào nhà mà đi thẳng ra vườn. Lúc này vườn mới của mẹ đã hơn một tuổi.

- Na ra quả rồi kìa!

Phát hiện của cậu làm mẹ ngỡ ngàng kèm chút hoài nghi.

- Thật á? Đâu? Na đâu?

- Đây này.

Nhìn theo hướng cậu chỉ, mẹ cười sung sướng:

- Ừ nhỉ, mắt Tư tinh thật! Na ra quả lúc nào ta không biết.

Thi thoảng, tôi thấy mẹ nhắc câu "Trẻ trồng na, già trồng chuối". Ý là cây na nếu trồng bằng hột giống đến 4-5 năm mới cho trái, thời gian thu hoạch khá lâu, người trẻ trồng là thích hợp nhất. Còn cây chuối trồng chưa đến 1 năm đã ra trái, người già có thể thu hoạch ngay. Thế nên mấy trái na kia giống như phép màu xuất hiện trong vườn mẹ.

Nhờ phát hiện của cậu Tư, sáng nào tôi cũng được đi thăm na, ngẩng lên ngóng những trái bé xíu đủ đầy "mắt mũi" ngộ nghĩnh đáng yêu vô cùng. Hình như na thích chơi ú òa. Mỗi lần tìm na, tôi phải quan sát thật lâu mới thấy chúng lấp ló sau những chiếc lá xanh rầm rì.

Ú òa với na trong vườn mới của mẹ làm tôi nhớ câu nói của nhà thơ Trần Đăng Khoa: "Cây cối cũng như con người". Chính ông đã đọc 4 câu thơ sinh động cho chị em tôi và nhóm bạn văn nghe khi có dịp về quê ông chơi:

"Cái Na đã tỉnh giấc rồi/Cu Chuối đứng vỗ tay cười vui sao/Chị Tre chải tóc bên ao/Nàng Mây áo trắng ghé vào soi gương."

Chị em tôi đầu hai thứ tóc vẫn được mẹ yêu chiều đến mức dựng lên cả một "Góc sân và khoảng trời" để chơi, để ngắm, để xuýt xoa, để "hái" đầy cảm hứng gom vào trang sách, xuất bản toàn cầu. Trong mắt chị em tôi, mẹ là người làm vườn vĩ đại.

Giải cứu "voi con"

Mùa hè nhẽ ra nhiều tiếng cười và đầy ắp kỷ niệm bỗng nhiên chùng xuống vì một sự cố ngoài ý muốn.

***

365 ngày trong năm 2023, những kỷ lục về nhiệt độ nóng nhất trên thế giới lần lượt bị phá vỡ. Nhưng điều đó không khiến các nhà khoa học khí hậu cảm thấy lạ lẫm. Họ cho rằng nhiệt độ kỷ lục sẽ không còn là điều bất thường nếu lượng phát thải khí nhà kính gây ra hiện tượng nóng lên toàn cầu tiếp tục ở tốc độ hiện tại.

Hình như chị bé nhắm mắt bịt tai trước những thông tin này, chị chọn đúng dịp nóng nhất để đưa 2 cháu về Việt Nam chơi - sự kiện khiến mẹ vừa mừng vừa lo. Các cháu của mẹ từ xứ ôn đới bay về xứ nhiệt đới, chắc gì chịu được cảnh mùa hè "cắn cấu", chưa kể vườn nhà còn có "đặc sản" muỗi Anophenles to như loài nhện chân dài Opiliones. Nhưng thời tiết không cản được chị bé. Tôi thừa biết tính này của chị từ ai mà ra.

Sau 4 năm xa cách vì COVID-19, chị bé quyết định lần này về Việt Nam sẽ ở quê với mẹ nhiều hơn, nhưng cũng có lúc chị vẫn phải chạy ra Hà Nội. Từ khi chị định cư nơi xa, bạn bè và đồng nghiệp cũ hễ biết tin chị về, ai cũng muốn đặt lịch hẹn. Mẹ sốt ruột nên muốn đi cùng hỗ trợ trông cháu út giúp chị. Cháu lớn chọn ở quê với tôi. Trước khi đi, việc quan trọng nhất mẹ bàn giao cho tôi là trông nhà, trông cháu và tưới cây.

- Vườn sau nhà không cần tưới cũng được, nhưng mấy chậu cây trước nhà ngày nào cũng phải tưới.

Tôi dạ vâng đính kèm cái gật đầu cực kỳ uy tín. Mẹ yên tâm cùng chị bé và cháu út lên đường. Chỉ chờ có thế, tôi và cháu lớn khóa cổng, chạy vù lên nhà. Cháu lớn sợ nóng như sợ ngáo ộp. Thấy cháu im lìm trong phòng máy lạnh, tôi yên tâm giở máy tính ra làm việc.

Vèo cái hết 3 ngày. Mẹ, chị bé và cháu út í ới ngoài cổng, sột soạt túi nọ túi kia. Vừa ở Thủ đô về có khác, cháu út cười toe khoe tôi bộ móng tay màu xanh bất chấp mồ hôi chảy thành vệt trên má. Trong lúc mấy chị em, dì cháu hí hửng chia quà ở phòng khách, từ ngoài sân, mẹ kêu váng lên:

- Mày làm chết cây sung của ta rồi.

Thôi xong, tôi mải việc nọ việc kia nên quên tưới cây cho mẹ. Trong lúc mẹ ca cẩm, tôi cố gắng xoa dịu tình hình:

- Lá cây bị héo chút thôi mẹ ạ. Bây giờ con tưới, sáng mai nó lại tươi ngay.

- Tươi làm sao được nữa. Lá khô như rang thế kia chứng tỏ cây chết rồi.

Tôi nghĩ mẹ quá bi quan trong khi thực tế không nghiêm trọng đến mức ấy. Tôi tin cây sung không chết. Từ hôm đó, sáng nào thức dậy tôi cũng phải ngó cây sung trước tiên. Không như mong đợi của tôi, lá sung ngày càng co lại, giòn hơn rồi vỡ vụn chỉ sau nửa tuần. Mẹ cũng không khiến tôi tưới cây nữa.

Sau một tuần, cây sung trút hết lá khô, mẹ quyết định cắt hết cành nhỏ, chỉ giữ lại thân và cành to. Vừa cắt cành, mẹ vừa kể cây sung này được bố mang từ Đại học Nông nghiệp về. Hơn 20 năm, mẹ không ngừng chăm bón, tỉa tót để tạo dáng cho nó. Mẹ cũng giải thích rằng sung là loại cây ưa nước, thích bóng mát.

Nếu biết trước những thông tin đó, tôi đã hẹn giờ để tưới cây chứ không bỏ quên như thế. Lúc này tôi cũng xót cây chẳng kém mẹ. Điều duy nhất chúng tôi có thể làm cho cây là tưới tắm hàng ngày và hy vọng vào điều kỳ diệu. Biết đâu những mầm xanh sẽ lại nhú ra từ thân cây trơ trụi kia. Có thể tôi mới bớt áy náy.

***

Không giống cháu lớn suốt ngày ở lì trong phòng máy lạnh, cháu út có vẻ đã thích nghi cái nóng "cắn cấu" ở quê. Cháu thức dậy cùng múi giờ với tôi, hóng xem tôi làm gì rồi bắt chước một cách thích thú. Trong lúc tôi trộn bột sắn với bột yến mạch để chuẩn bị bữa sáng, cháu út chớp chớp đôi mắt tinh nghịch màu hạt dẻ:

- Nhà mình có cây móng tay hả dì?

Tôi ngạc nhiên:

- Cây móng tay là cây gì?

Không biết giải thích thế nào, cháu út dắt tôi ra sân, chỉ vào cây sung. Tôi ngỡ ngàng khi thấy những mầm xanh bé bằng hạt đậu nhú ra từ thân cây khô khốc. Khoảnh khắc đó, tôi tưởng mình đang được chiêm ngưỡng những thiên thần tí hon. Tôi bật cười khi hiểu vì sao cháu út gọi cây sung là cây móng tay. Con bé phát hiện những mầm xanh kia cùng sắc độ với màu sơn móng tay của mình.

Giải cứu thành công cây sung, cả nhà như vừa trút được gánh nặng tinh thần. Phấn khởi nhất là mẹ, nhẹ nhõm nhất là tôi.

Sau một năm, nhờ tài tỉa tót và uốn nắn của mẹ, cây sung lấy lại được vóc dáng cũ. Tôi nghiện cảm giác đứng trong bếp, ngó ra khung cửa sổ trắng, thứ đầu tiên tôi thấy là những tán lá xanh non múa may theo nhạc gió. Hè năm nay hình như dịu hơn năm ngoái. Lá sung mọc nhiều đến mức mẹ cho phép chị cả mỗi sáng hái vài cái đun nước uống. Ở nhà tôi, cây sung không chỉ giúp chữa lành hệ tiêu hóa mà còn là "doping" tinh thần. Thi thoảng tôi thấy mẹ xuýt xoa:

- Cây sung ngày càng giống voi con!

Sợ tôi chưa hình dung ra dáng dấp "voi con", mẹ chỉ vào từng cành:

- Đây là đầu, còn đây là đuôi, thấy không?

Địa chỉ yêu thương

Một tờ báo đặt tôi viết bài đề tài "Sức hút của người khiêm tốn". Để có bài viết sinh động và thuyết phục, tôi cần một ví dụ chân thực.

Nhớ lần dì họ tâm sự lý do dì thích ở gần mẹ và các dì ruột của tôi. Dì bảo "Không biết giải thích thế nào, nhưng dì thấy mẹ và các dì của cháu vô cùng đáng yêu."

Trong lúc viết bài báo kia, tôi phát hiện mình chỉ cần nhìn vào mẹ để nhả chữ. Sức hút của mẹ thực ra vô cùng đơn giản. Mẹ tốt bụng, hài hước và có một trái tim đầy ắp yêu thương. Sự dịu dàng và ấm áp từ mẹ làm nổi bật phẩm chất tốt đẹp của những người xung quanh. Ở cạnh một người như mẹ khiến dì họ cảm thấy dễ chịu - thứ cảm giác dì chưa thể gọi tên.

Mẹ không bao giờ thu hút sự chú ý về mình. Thay vào đó, mẹ quan tâm nhiều hơn đến người khác. Mẹ cảm thấy mỗi cuộc đời đều độc đáo và đặc biệt theo một cách nào đó. Mẹ quý trọng và tôn trọng bất cứ ai, bởi mẹ biết ai cũng phải đối mặt với những thử thách, khó khăn riêng trong cuộc sống.

Trái tim thuần khiết của mẹ không phân biệt người lạ. Đó là lý do mẹ rất giỏi kết nối. Với mẹ, mỗi con người đều là những giọt nước nhỏ tồn tại trong cùng một đại dương. Đây là nền tảng của sự khiêm tốn đích thực. Mẹ gói gọn tất cả những phẩm chất ấy trong một câu giản đơn:

- Quê ngoại ta ai cũng quý người.

Tìm hiểu từng ngõ ngách trong tính cách mẹ, tôi nhận ra tình yêu thương của mẹ là vô tận.

Tháng 4 năm 2023, tôi và mẹ hạ cánh tại sân bay Buôn Ma Thuột. Nhìn qua cửa sổ máy bay, tôi thấy khung trời rợp trong màu vàng chanh bởi hàng nghìn con bướm. Quá phấn khích với màn chào đón, tôi nhắn tin hỏi những người bạn từng đến đây, xem họ đã thấy cảnh tượng này bao giờ chưa, tất cả đều nói "Không, chẳng thấy con bướm nào cả". Những hành khách xung quanh không ai bận tâm khung trời vàng chanh ngoài cửa sổ. Họ bận tìm hành lý trên khoang hoặc đang nghĩ cách chuồn khỏi máy bay sớm nhất có thể. Hóa ra màn chào đón này là món quà dành riêng cho mẹ con tôi.

Cảm giác bình yên trùm lên từng tế bào cơ thể khi tôi thấy những cánh bướm nhỏ bé đan vào nhau tạo thành vũ điệu bay bổng tự do. Không gian quanh tôi vừa thiền vừa huyền diệu. Cảm giác như mẹ con tôi dắt nhau bước vào rừng, phần còn lại của thế giới biến mất sau lưng.

Vì có mẹ để chia sẻ nên tôi biết đàn bướm ấy không phải là sản phẩm của ảo giác. Bướm chanh theo chân hai mẹ con suốt thời gian lưu trú tại "thủ phủ cà phê", dẫn chúng tôi đến với nhiều câu chuyện đáng yêu khác trên hành trình.

Gặp một tài xế taxi ngẫu nhiên ngoài cửa sân bay, nghe giới thiệu vài câu, trực giác mách bảo tôi rằng anh sẽ là người dẫn đường lý tưởng cho chuyến đi này. Anh gợi ý hai mẹ con thưởng thức bún đỏ - *món* ăn xuất hiện tại mọi nẻo đường ở trung tâm *thành phố, mẹ đồng ý ngay.*

Trên đường đi tìm bún đỏ, anh tài xế tâm sự với mẹ nhiều chuyện, không ngớt trầm trồ sức khỏe và nguồn năng lượng tuyệt vời của mẹ. Anh chùng xuống vài giây khi nhắc về mẹ của một người bạn - ngoài 70 tuổi đã bị lẫn. Anh bảo anh thương mẹ bạn như thương mẹ mình.

Tấp xe vào bên đường, anh dặn hai mẹ con ăn xong lúc nào thì gọi anh quay lại đón, giờ anh chạy đi mua cơm rồi ghé qua nhà bạn. Bạn anh bận đưa khách ra sân bay nên không kịp về với mẹ.

Quen mẹ chưa lâu mà tôi có cảm giác anh cư xử với mẹ không giống với một du khách. Anh đưa mẹ đến bất cứ nơi nào mẹ muốn, say sưa chụp ảnh cho mẹ rồi lại vui vẻ gửi hết ảnh cho tôi. Một buổi chiều, thấy mẹ buột miệng nói thích món sinh tố bơ, anh chở hai mẹ con đến quán cà phê đẹp nhất thành phố, nơi có món sinh tố bơ hảo hạng. Bữa đó mẹ bảo "No quá, tối nay không cần ăn nữa".

Bỏ qua bữa tối nên chúng tôi dư thời gian trước khi về khách sạn. Anh tài xế lại chạy lòng vòng quanh thành phố cho hai mẹ con hóng gió miễn phí rồi tấp vào một quán cà phê khác. Lần này anh mời. Đây là điểm hẹn quen thuộc của anh và đồng nghiệp. Tôi thấy vài người mặc đồng phục giống anh chờ sẵn ở đó. Một phụ nữ sở hữu gương mặt dễ mến chủ động chạy đến bắt chuyện hai mẹ con. Sau vài phút tỉ tê, tôi đoán chị là bạn gái của anh tài xế. Năng lượng ấm áp của mẹ làm chị không muốn nhận thêm bất cứ cuốc xe nào nữa. Chị nắm tay mẹ, tâm sự:

- Ở tuổi này có được sức khỏe như bác thật đáng quý. Mẹ con giờ nhớ nhớ quên quên, thương lắm bác ạ.

Đây không phải lần đầu tiên người lạ dốc bầu tâm sự với mẹ. Tôi chứng kiến điều đó rất nhiều lần mỗi khi đi du lịch cùng mẹ. Vài lần trong năm, tôi thường nhận được tin nhắn từ những số lạ chưa kịp lưu danh bạ. Họ nhờ tôi chuyển lời hỏi thăm sức khỏe đến mẹ. Có những người tôi không còn nhớ mặt và cũng không nhớ họ ở đâu, nhưng tin nhắn của họ luôn được gửi đúng địa chỉ.

Sáng nay mẹ gọi điện, khoe "Dạo này vườn nhà mình nhiều bướm chanh lắm". Tôi chột dạ, lẽ nào chúng đến từ xứ sở cà phê?

Mùa hè lặc lè

Sau 2 mùa mướp Ta thất bại ê chề, mẹ quyết định trồng mướp Nhật. Tôi vốn thích ăn mướp Ta và luôn bị ám ảnh bởi vị ngọt vô điều kiện của nó. Mướp Ta chóng ra quả. Luộc, xào hay nấu "không người lái" vẫn ngọt sắc từ đầu lưỡi đến tận dạ dày. Đó là lý do tôi không mấy hào hứng với thành viên mới trong vườn. Tôi cũng chưa từng nghe ai nhắc tên "mướp Nhật" bao giờ.

Nhận thấy thái độ hời hợt của tôi, mẹ bắt đầu "thao túng" bằng cách kể tội mướp Ta:

- Mướp Ta chả ra gì. Hễ nhú ra được quả nào là bị ong châm hoặc ruồi vàng đốt. Quả bé bằng đầu ngón tay cũng bị đốt. Ta chán chả muốn trồng nữa.

Tôi chưa kịp phản hồi câu nào, mẹ tranh thủ khen mướp Nhật. Không rõ giống mướp này được bồi bổ tinh chất gì mà vừa gieo hạt vài ngày đã nảy mầm, trổ lá, đâm cành dài lượt thượt. Mẹ phải rốt ráo bắc giàn cho chúng đánh đu. Vườn trước một giàn, vườn sau một giàn.

Lần này tôi về quê, nhiệm vụ quan trọng là đi hỏi thăm mướp Nhật. Nhiêu đó thôi cũng làm mẹ háo hức vô cùng. Trong lúc cao hứng, mẹ để lộ thêm một chi tiết thú vị: năm nay dì Hai cũng trồng mướp Nhật từ gói hạt giống mẹ cho, nhưng không hiểu sao mẻ hạt của dì không chịu nảy mầm bất chấp được chăm bẵm, tưới tắm mỗi ngày.

Chợt nhớ ra quy luật "nói trước bước không qua", mẹ đột ngột thay đổi thái độ:

- Ôi dào, ta cứ trồng cho vui, chắc gì ra quả.

Chưa biết mướp Nhật có "võ" gì chống lại giặc ong và ruồi vàng hay không, nhưng chiêm ngưỡng hàng trăm chiếc lá rung rinh trên giàn, tôi có linh cảm tốt. Sau vài tuần, chúng bắt đầu bung ra những bông hoa trắng tí hon, cánh mỏng manh hệt như hoa bồ công anh.

- Những bông hoa yếu ớt này làm sao trổ quả được nhỉ?

Đấy là tôi vụng nghĩ thế thôi, đời nào tôi chịu nói ra trong lúc mẹ đang phấn khởi thế kia. Mẹ biết ngày nào tôi cũng đảo qua đảo lại quanh giàn mướp ít nhất 2 lần, nhưng mẹ vẫn xuýt xoa như thể tôi chưa nhìn thấy hoa mướp Nhật bao giờ:

- Hoa nó xinh lắm cơ.

Một tuần sau sự kiện mướp Nhật ra hoa, tôi thấy mẹ chạy về nhà từ vườn sau, biểu cảm thất thần:

- Trong lúc hái rau muống, ta ngẩng lên xem mướp thế nào thì giật mình...

Tôi nín thở nghe mẹ kể sự việc, khoảng dừng bất chợt làm tôi sốt ruột đến mức khó chịu:

- Sao thế mẹ? Mẹ phát hiện người lạ đột nhập vườn nhà mình à?

Mẹ rút từ trong túi ra 2 vật thể lạ:

- Đây này.

Tôi dụi mắt vài lần vẫn chưa dám tin giàn mướp Nhật vườn sau đã bói ra 2 quả to như dưa chuột. Vỏ mướp còn nguyên lớp lông trắng vừa dày vừa mượt.

- Sao có thể nhanh thế được?

- Thế ta mới bị giật mình mà lị.

Nghe tin "kẻ lạ" đột nhập vườn sau, chị cả đóng cửa im ỉm trong phòng suốt buổi sáng để sáng tác truyện ngắn cũng nháo nhào chạy xuống săn tin, chí choét chụp ảnh, giật "tít", loa loa khắp cõi mạng. 2 "kẻ lạ" không bị luộc, xào hay nấu, chúng được mẹ đặt ở bậu cửa sổ, vị trí thuận lợi để 3 mẹ con ra ngắm vào nghía suốt cả ngày.

Mướp Nhật tăng trưởng với tốc độ thần kỳ, ong và ruồi vàng đành bó cánh. Lứa thứ hai cho ra 5-6 quả nhỏ, mẹ dặn tôi phải để dành, chờ các dì sang chơi tự tay hái cho thích. Không rõ các dì sẽ thích thú nhường nào, nhưng tôi thấy mẹ mới là người vui nhất và tự hào nhất.

Kể từ hôm đó, tôi tăng tần suất đi thăm vườn, mỗi ngày đảo qua đảo lại 4-5 lần để không bị mướp đánh úp. Nhưng tốc độ lớn như thổi của chúng luôn làm tôi ngỡ ngàng. Chiều hôm trước thu hoạch một rổ đầy, qua trận mưa rào buổi đêm, sáng hôm sau tôi lại hốt được thêm lưng lửng rổ. Quả nào quả nấy mẩy căng mỡ màng như được phù phép bởi một cây đũa thần.

- Đây là quả lặc lè mà em.

Tôi được phen tẽn tò sau khi khoe rổ "mướp Nhật" với một người bạn của gia đình.

- Lặc lè hấp chín chấm muối vừng ngon tuyệt. À mà lặc lè nấu với tôm nõn cũng ngon. Không cần gia vị cầu kỳ, chỉ cần nêm chút muối tinh là có món canh đỉnh của chóp rồi.

Đó, lặc lè nhà tôi chính thức có thêm "fan cuồng". Nhưng hình như mẹ rất biết cách chọn thời điểm vui nhất để buông mấy câu dìm trứ danh.

- Ra nhiều quả thế chắc sắp hết mùa.

- Hết là hết thế nào. Con thấy nó ra thêm bao nhiêu hoa kìa.

Lần này tôi đúng, hàng xóm cũng được phen... lặc lè vì ngày nào mẹ cũng chia cho mỗi nhà vài chục quả. Bội thu thế mà thi thoảng tôi vẫn thấy mẹ thở dài. Mẹ bảo mợ Năm thích ăn quả này lắm, tiếc là mợ đang ở xa, mẹ không gửi được lặc lè đến chỗ mợ.

Giàn lặc lè của mẹ mắn đến nỗi mẹ không biết khi nào chúng mới chịu ngừng đẻ. Sau hơn một tháng bội thu, lặc lè nhỏ dần nhưng vẫn sai trĩu trịt. Mỗi lần đi mót cũng gom được 2 vốc tay đầy, lại được bữa no.

Tôi nghe mẹ mách nhiều quả thích chơi trốn tìm, nằm vắt ngang trên giàn nên mẹ không nhìn thấy. Ăn no nắng, uống no sương, chúng béo núc ních như lợn con rồi mới chịu ngả ánh cam, dần chuyển sang màu đỏ. Mẹ bảo, mấy quả này để làm giống cho năm sau.

Tranh thủ ngày nắng gắt, mẹ hái lặc lè chín đỏ, bổ ra, gạn lấy hạt đem phơi. Mẹ khoe tôi hạt lặc lè già có họa tiết như được chạm khắc trông rất ngộ nghĩnh. Gom được vài chục hạt ưng ý, mẹ gọi dì Hai:

- Sang chơi đi, có quà to đây này.

Gạn đục khơi trong

Bức tranh làng quê yên bình chỉ còn trong ký ức những đứa trẻ không chịu lớn như tôi. Biết làm thế nào khi lối sống đô thị hóa tràn về như một "cơn lốc".

Mới ngày nào sen trắng còn nở rợp ao làng, mỗi lần về quê, tôi hay nhắc anh tài xế cho xe chạy chậm lại một chút để được hít hà hỗn hợp hương thơm dìu dịu lất phất loang ra từ lá, từ hoa, từ búp sen mòng mọng. Thế mà vèo cái, ao làng đã nằm trong "sách đỏ". Nghe đâu cả làng bây giờ còn nhõn 2 cái ao, một cái ở đầu làng, cái còn lại trong vườn nhà tôi. Nhiều khách ghé chơi từng nói với mẹ:

- Nhà có ao tù, nước không lưu thông, vừa hại sức khỏe vừa dễ gây *chuyện không hay* cho người ở, theo phong thủy học.

Ngày xưa bố tôi từng áp dụng nhiều sáng kiến gạn đục khơi trong. Bố còn thiết kế hệ thống máy móc hoành tráng hô biến ao tù thành đài phun nước. Nước sạch hút từ giếng khoan tuồn ra ao rồi phun lên từ miệng 3 con cóc được bố trí ở 3 góc tạo thành tam giác cân. Mỗi ngày bố cho đài phun nước hoạt động ít nhất 2 lần. Được tiếp thêm oxy, đàn cá rô phi biến mặt ao thành sân khấu. Màn vũ điệu chúng thể hiện sinh động đến mức tôi không thể rời mắt.

Sau khi bố mất, tôi cắm cúi vào việc học nên không nhớ đài phun nước của bố bị thời gian bào mòn từ khi nào. 3 con cóc biến mất lúc nào tôi cũng không hay. Bất chấp nhiều người góp ý, mẹ quyết giữ lại ao, thi thoảng mẹ thuê người bốc bùn vun bụi tre. Đó cũng là cách mẹ bảo tồn thói quen ngày xưa của bà nội, nhưng xử lý nước bẩn thì chưa có giải pháp nào khả thi. Mùa thu, cây nhãn cổ thụ ào ào trút lá xuống càng khiến ao thêm nặng mùi.

- Cá rô phi vẫn sống được nghĩa là nước ao không quá bẩn, mẹ nhỉ!

Mẹ biết, mấy câu xoa dịu của tôi không phải là giải pháp. Bẵng đi vài tuần, tôi về quê cùng chiếc vali to vật vã. Mùa hè, tôi thích ở quê thật lâu với mẹ cho thỏa thích. Vừa bước vào sân, mắt tôi phóng thẳng ra ao. Gì thế kia? Không gian trước mặt tôi như vừa được thế lực vô hình nào đó thổi vào thứ năng lượng siêu biệt. Màu xanh phủ kín mặt ao làm tôi chao đảo. May, mẹ đã kịp giữ tôi đứng thẳng trên đôi chân bằng cách gọi tên màu xanh kia:

- Bèo đấy.

Mẹ kể, một lần về nhà ngoại, mẹ than phiền với cậu Tư chuyện ao tù. Cậu Tư cho mẹ một ít bèo mang về, bảo:

- Bèo làm sạch nước ao. Rễ bèo có đặc thù dày đặc với các lỗ nhỏ li ti, nhờ vậy mà vi sinh vật dễ dàng bám dính, thực hiện các công đoạn xử lý nước thải cũng như loại bỏ vi khuẩn gây bệnh. Khi nào bèo nở nhiều, chị vớt lên làm phân hữu cơ bón cây. Đấy, một công đôi việc.

Thán phục cậu Tư, khó thế cậu cũng nghĩ ra. Quá háo hức, tôi chạy xuống bờ ao kiểm tra độ trong của nước. Quả nhiên, nước ao tù đen kịt giờ đây trong vắt, mát lành như nước giếng khoan. Tốc độ sinh trưởng của bèo thì có lẽ bất cứ loài sinh vật nào cũng phải ngả mũ. Mẹ bảo, chỉ sau một đêm, mật độ bèo trong ao tăng gấp đôi, gấp ba. Buổi chiều mẹ dùng sào vớt lên cả đống to, quang một góc, sáng hôm sau bèo non lại giăng kín mặt ao. Quá vi diệu.

Ngày xưa mẹ tốn tiền thuê người bốc bùn đắp bụi tre, giờ chỉ cần vớt bèo là đủ vun cho cây cối khắp vườn. Cây nào cũng có một đống thức ăn tươi ngon to sụ dưới gốc, đảm bảo không tị nạnh nhau. Nói không ngoa, vườn nhà thay da đổi thịt nhờ ao bèo. Thế mà thi thoảng tôi vẫn nghe thấy mẹ "mắng" cậu Tư:

- Cái thằng hư thế! Nó cho ta 7 cái bèo bọ.

- Cậu cho 7 cái bèo là có ý của cậu. 7 cái bèo giống như 7 anh chị em của mẹ.

Mẹ thấy tôi bênh cậu có lý, nhưng vẫn không chịu thừa nhận, đành lôi tính xấu của cậu ra để tiếp tục nhiếc móc:

- Cái thằng bướng lắm!

Tôi thừa biết mẹ hay "mắng" ai chứng tỏ mẹ yêu thương người đó. "Nạn nhân" thường là cậu Tư, dì Ba hoặc chị bé nhà tôi.

Chiến dịch gạn đục khơi trong của mẹ và cậu Tư thành công đến nỗi gần đây ao nhà xuất hiện thêm loài cá lạ, râu cá dài hơn cả râu tôm. Chú rùa lâu năm trong ao cũng lớn vù vù như mấy nhóc tuổi teen. Mẹ khoe "Mai rùa to bằng nửa cái quạt nan". Chưa hết, có đợt mẹ phát hiện trong ao còn có cá trê. Mẹ bảo, buổi tối mẹ ngủ trong phòng nghe thấy tiếng cá đạp nước "đùng đùng". Theo dự đoán của mẹ, âm thanh ấy chỉ có thể được tạo ra bởi những con cá trê nặng chừng 3-5 cân.

Ao bèo nhà tôi bây giờ như một thủy cung thu gọn. Bằng sự kiên nhẫn và vô cùng nhiều nỗ lực, mẹ đã chứng minh được rằng đây không phải là nơi ao tù nước đọng, mà là lá phổi xanh cung cấp oxy và thức ăn cho hàng chục loài động vật thủy sinh cũng như hàng trăm loài thực vật trong vườn. Nhìn từ góc độ văn hóa hay thẩm mỹ, chỉ những ai thực sự thấu hiểu mới biết giữ ao cũng là một việc quan trọng, nếu muốn bảo tồn hình ảnh đặc trưng của làng quê yên bình. May quá là may, một góc bức tranh ấy vẫn còn.

Chuyện vụn mẹ kể ngày mưa

Có người nói "Nuôi dạy con cũng giống như làm vườn. Cha mẹ là những người làm vườn". Tuổi 70, mẹ tôi không còn phiền muộn chuyện dạy dỗ con cái, ba đứa con của mẹ lớn đầu hết cả rồi, thế mà mẹ vẫn thích làm vườn và bận rộn với những đứa con đặc biệt.

"Lúa chiêm mấp mé đầu bờ/Hễ nghe tiếng sấm mở cờ mà lên." - Thấy tôi băn khoăn về mấy câu này, mẹ giải thích:

- Ờ thì lúa chiêm háu nước mưa. Qua tháng Hai, tháng Ba âm lịch mới có mưa rào.

Từ khi bà nội mất, mẹ không còn bận bịu cấy hái nữa, nhưng vào độ này mẹ mong mưa cho đàn con trong vườn được tắm mát.

Tôi thắc mắc:

- Hằng ngày mẹ tưới cây bằng nước ao hoặc nước giếng khoan chẳng nhẽ chưa đủ?

Mẹ giảng bài:

- Ngốc lắm cơ! Này nhớ, nước mưa không chứa muối, khoáng chất, hóa chất xử lý và dược phẩm có trong nước máy, nước ngầm. Nước mưa quê mình là nước tinh khiết. Tưới cây bằng nước mưa vừa làm sạch đất vừa giữ độ pH trong đất luôn được cân bằng. Nước mưa có chứa nitrat, dạng nitơ sinh học dễ sử dụng nhất. Nitơ là một trong ba chất dinh dưỡng đa lượng quan trọng mà cây cần để phát triển. Nitrat được tạo thành từ nitơ và oxy có trong thiên nhiên để cây trồng hấp thụ tối đa. Thực vật hấp thụ hầu hết nitrat trong đất. Những nitrat đó đến từ đâu?

- Nước mưa ạ!

Tôi đoán bừa mà đúng, thế là gỡ được bàn thua từ câu hỏi trước đó. May, chưa bị mẹ cốc đầu giống hồi xưa. Mẹ về hưu hơn 20 năm rồi mà thi thoảng khi trò chuyện, tôi vẫn thấy ở mẹ phong thái của một cô giáo.

Chị bé mỗi lần về Việt Nam chơi thường nhắc lại kỷ niệm "đau thương" hồi tiểu học. Bàn học của chị quá cao trong khi ghế ngồi quá thấp, chị nảy ra sáng kiến chồng thêm 2 chiếc ghế con lên, thế là có ngay chỗ ngồi ưng ý. Ngặt nỗi, mỗi lần mẹ giảng bài tỉ mỉ mà chị không hiểu, mẹ vừa cốc đầu vừa dúi cho chị cùng chồng ghế ngã chổng kềnh. Sáng kiến của chị bỗng biến thành... tối kiến. Nhoáng cái vài chục năm trôi qua, chị bé bây giờ kèm cặp 2 nhóc tì học bài mỗi ngày, chắc đã hiểu lòng mẹ.

Mấy chuyện vụn lúc chiều muộn của hai mẹ con bị gián đoạn bởi một trận mưa rào. Tôi mừng quýnh lên:

- Hôm nay mẹ không phải tưới cây nữa nhé.

Mẹ dìm:

- Mưa vớ mưa vẫn. Ăn thua gì!

Ô hay, mưa dội xuống mạnh như thác nước thế này mà mẹ vẫn chê, không hiểu mưa cỡ nào mẹ mới hài lòng? Từng này nước mưa là bao nhiêu nitrat được hình thành và thấm vào đất? Tôi không có thiết bị đong đếm nhưng thừa biết "đàn con" của mẹ đang "mở cờ mà lên".

Không rõ do tôi ước hay do mẹ mong mà trận mưa này dai dẳng từ đầu tuần đến cuối tuần chưa chịu tạnh. Tôi tưởng mẹ thích lắm, ai ngờ mẹ buông một câu:

- Mưa nhiều thế, trôi hết cả dưỡng chất rồi còn đâu.

Mẹ làm tôi cạn lời. Có khi ông Trời phải sắm thiết bị "bật - tắt" mưa cho mẹ tự điều chỉnh giống như vòi hoa sen, may ra mẹ mới hài lòng.

Ngày thường, buổi sáng mẹ dành ít nhất 3 - 4 tiếng để tỉa cây cảnh ở vườn trước, nhổ cỏ, chuyển cây từ chậu này sang chậu kia. Buổi chiều mẹ cũng dành chừng ấy thời gian để chăm sóc vườn rau sau nhà. Thời gian làm vườn của mẹ nghiêm ngặt không khác người đi làm công sở. Đợt này mưa nhiều, nước ao dềnh lên mặt sân làm mẹ ngao ngán, ngứa ngáy chân tay. Đọc sách, đọc báo, xem tivi mãi cũng chán, thế là mẹ tìm cách gợi chuyện cho tôi "mở máy" và bắt đầu màn đối thoại mà tôi nắm chắc phần... thua.

"Chiêm hoa ngâu đi đâu không gặt?" – Lần này mẹ đố tôi bằng một câu hack não hơn câu hôm trước. Thấy tôi tậm tịt mãi không giải thích được, mẹ nói luôn:

- Lúa chiêm chín thường có màu vàng như hoa ngâu, tầm này phải gặt ngay để tránh mưa bão.

- Hay là mẹ thử trồng hoa ngâu trong vườn nhà mình đi, đẹp phải biết!

- Thôi, trước nhà có cây hoa hòe dì Hai cho năm ngoái rồi. Hoa hòe màu vàng đẹp lắm lại còn làm dược liệu chữa bệnh.

Mẹ nói thế thì tôi lại thua, chưa kịp lái sang chủ đề khác, mẹ đọc tiếp:

- "Mỡ gà thì gió, mỡ chó thì mưa".

Lần này tôi trả lời lau lảu:

- Dự đoán thời tiết của các cụ ngày xưa, phải không mẹ?

Mẹ ậm ừ:

- Đúng rồi, khi chưa có dự báo thời tiết của đài phát thanh, các cụ trông lên trời, nhìn ráng xem mây để đoán thời tiết. "Ráng mỡ gà" là khi chân trời có màu vàng óng như mỡ gà, đó là dấu hiệu gió to hoặc bão lớn đang đến. Tương tự, "ráng mỡ chó" nghĩa là khi nào chân trời có màu phớt hồng như mỡ chó thì sắp mưa to.

Không biết mùa mưa năm nay kéo dài đến khi nào, nhưng tôi biết chắc một điều: nhờ trí nhớ thiên tài của mẹ, tâm hồn tôi cũng được tưới đẫm dưỡng chất rồi.

Giáo án dạy con

Tôi không ngủ cùng mẹ từ bé. Giường riêng của tôi đối diện giường bà nội. Ban đêm, tôi ngủ lăn lóc không biết gì, sáng mở mắt thấy mình nằm đong đưa trên... võng. Cái "võng" ấy tôi tưởng tượng ra, thực tế đó là một góc màn được mẹ giắt kĩ dưới chiếu, vì thế mà tôi lăn ra khỏi giường vẫn không bị ngã.

Ngày bé, dĩ nhiên tôi không hiểu lý do mình phải ngủ riêng trong khi hầu hết những đứa bạn cùng tuổi đều được ngủ với mẹ. Nhưng tôi vui vẻ với điều đó, không thắc mắc và không quấy nhiễu mẹ.

Từ việc ngủ giường riêng, tôi dần trở nên tự lập trong suy nghĩ và hành động. Tôi biết cách chơi một mình, đi học bị bọn "mặt giặc" bắt nạt ác đến mấy cũng cắn răng chịu đựng, quyết không mách mẹ. Người thân băn khoăn về kết quả học tập lẹt đẹt, tôi vẫn im lìm, không giải thích.

Thế rồi, sự chịu đựng của tôi cũng có ngày gặt được thành quả. Thời điểm đặt chân vào Đại học Mỹ thuật Công nghiệp, tôi như cá gặp nước. Ở trong môi trường tôn trọng bản sắc từng sinh viên, thậm chí những điều bị người ngoài coi là dị biệt, lại được thầy cô giáo và bạn bè khen ngợi, nhờ đó tôi có thêm cảm hứng sáng tạo. Tôi nghĩ ra phương pháp giáo dục bản thân, bù đắp lượng kiến thức mất gốc suốt những năm bị bắt nạt, đồng thời tự trau dồi bộ kỹ năng mới làm vốn riêng cho mình.

Tôi nghĩ, sức mạnh tinh thần tôi có được là do mẹ cho tôi ngủ riêng từ bé. Tôi lớn đùng rồi mẹ mới chịu tiết lộ giáo án dạy các con: "chờ được mạ, má đã sưng". Chữ "mạ" trong câu này là từ địa phương để chỉ "mẹ", nghĩa là trẻ con như tôi ngày xưa nếu gặp chuyện gì mà cứ cậy dựa, chờ mẹ ra bênh vực thì có khi đã bị người khác tát vào mặt lúc mẹ chưa kịp đến. Vậy nên, thay vì ỷ lại người lớn, trẻ con cũng phải biết tự lực trong cuộc sống, chực chờ được giúp đỡ, không biết chừng đã bị thiệt hại lớn rồi.

Độ này thấy mẹ năng đi hội trường, hội lớp, tôi cũng vui lây. Mùa hè, hầu như mỗi tuần đều có lẵng hoa tươi gửi đến nhà, lủng lẳng tấm thiệp nhỏ *"Kính tặng Cô giáo Hiền"*. Có đợt hoa nhiều đến nỗi mẹ không biết đặt vào đâu trong không gian của mẹ, thế là mẹ giục tôi mang bớt lên tầng trên.

Mẹ kể, hầu hết những học trò thành đạt nhất của mẹ thực ra ngày xưa đều cá biệt. Có đợt nhà trường phân công mẹ làm giáo viên chủ nhiệm lớp 12G, sau này bị gọi là lớp 12 "Gấu" vì học sinh nào cũng rắn mày rắn mặt. Chúng quậy phá đến mức làm mẹ bất lực, bật khóc. Nhưng không vì thế mà mẹ bỏ cuộc. Có đứa dùng tiền học phí tiêu hết vào quà vặt, thuốc lá,... Cuối cùng, mẹ đành trích một phần lương của mình bù vào chỗ thiếu. Tôi hỏi:

- Phụ huynh học sinh cá biệt ấy biết chuyện không mẹ?

Mẹ cười xòa:

- Lâu quá rồi, làm sao ta nhớ được.

Thế rồi, chính những "con gấu" ấy giờ đây là ông chủ, là sếp nọ, sếp kia. Hễ bấm số "Cô giáo Hiền" là liến láu:

- Cô giáo ơi, mai em đến tận nhà đón cô.

- Cô giáo ơi, 8 giờ sáng cô nhé.

Tôi để ý, mỗi lần đi hội trường, hội lớp về, mẹ lại trẻ ra vài tuổi. Năng lượng tươi vui trong mẹ thấm cả vào tôi. Tôi khoái nhất khi được nghe mẹ kể tội học trò:

- Hôm nay bọn nó bắt ta đứng trên bục giảng, cầm cái thước gỗ to gõ "cạch" lên bảng, bọn nó đồng loạt đứng phắt dậy. Mày biết bọn nó xui ta diễn lại cảnh đó để làm gì không? Chúng nó quay clip đấy. Quỷ sứ!

Mẹ mắng yêu học trò hệt như cách mắng chị em tôi ngày bé. Nhớ một dạo hai mẹ con đi du lịch cùng nhóm bạn thân. Gọi là bạn thân nhưng các thành viên trong nhóm đủ mọi lứa tuổi, và đều là các cặp mẹ con hợp cạ. Thành viên nhỏ nhất là một cô bé học cấp II - con gái của chị bạn tôi. Sau chuyến đi, bạn tôi kể rằng con gái chị ấn tượng nhất bà Hiền. Cô bé nhận xét thế này: "Bà Hiền nhiều tuổi rồi mà lúc nào cũng nhiều năng lượng. Bà tươi vui, nhanh nhẹn, hài hước và tự lập. Bà làm mọi việc, không cần nhờ ai giúp. Sau này mẹ già, con mong mẹ cũng giống bà".

Nể tài quan sát của cô bé ấy thật. Đi chơi với bà Hiền được mấy ngày mà định nghĩa đầy đủ về bà. Thực tế, ai biết đến mẹ và quan sát mẹ đều thấy, trong vai trò người mẹ hay cô giáo, mẹ đều xuất sắc. Với mẹ, điều quan trọng nhất của việc làm mẹ và làm cô giáo chính là... làm gương. Giáo án tuyệt vời của mẹ là bộ kỹ năng không bao giờ lỗi thời.

Nhìn lại hành trình mẹ đi qua và những sứ mệnh mẹ đã hoàn tất, tôi thấy dấu mốc nào cũng đáng ngưỡng mộ. Vòng đời giống như vòng quay đồng hồ, ở cuối hành trình, tôi mong mẹ được quay trở lại điểm khởi đầu, về với tuổi thơ thứ hai của mẹ cùng những điều ngô nghê, đáng yêu và thuần khiết.

Vườn thiền mẹ Hiền

Tôi không thể rời mắt khỏi bộ phim hay cuốn sách nào đó nếu bắt gặp một nhân vật đam mê nấu ăn.

Bất kể họ là doanh nhân, nghệ sĩ, người siêu bận rộn hay là một cô gái, chàng trai bình thường, chỉ cần họ thích việc bếp núc, tôi đều muốn xem.

Tôi cũng mê mải ngắm những bản thiết kế kiến trúc hiện đại, những căn hộ penthouse với điểm nhấn là căn bếp, hay những không gian phong cách Biophilic, ở đó, bên cạnh sự kết nối tinh tế với thiên nhiên, căn bếp thường chiếm vị trí trung tâm.

Với việc căn bếp được xem trọng, rõ ràng nấu ăn không chỉ đơn giản là cắm nồi cơm hay luộc mớ rau, mà thực tế, nó xứng đáng trở thành bộ môn nghệ thuật thứ 8.

Bị cuốn vào vòng xoáy KPI, deadline, báo cáo, kế hoạch, doanh thu..., chúng ta rất dễ chóng mặt và mất thăng bằng. Trong kỷ nguyên coi cạnh tranh là sinh tồn, cuộc sống của chúng ta được cấu tạo và hoạt động theo nguyên lý đồng hồ cơ - chúng ta mải miết chạy, chạy mãi không ngừng. Sau mỗi chu kỳ, chúng ta lên dây cót và tiếp tục chạy... Thậm chí chúng ta coi "tạm dừng" là "thất bại".

Đó là lý do nấu ăn thường bị bỏ qua, bị xem là việc mất thời gian, phiền hà, khó chịu. Những chiếc dạ dày rỗng tội nghiệp được làm đầy bằng đồ ăn nhanh. Nhiều người nghĩ đó là giải pháp thông minh, là cách tiết kiệm thời gian. Tôi có lẽ là kẻ đi ngược chiều với họ. Trong suy nghĩ của tôi, mọi thứ bệnh tật, thể chất lẫn tinh thần, đều xuất phát từ mầm mống mang tên Mất - Cân - Bằng.

Với tôi, nấu ăn là có - thêm - thời - gian, là thực hành kiến thức mới, và trên hết, nấu ăn là thiền. Tôi nhìn ra "vườn thiền" ấy từ nồi cá kho của mẹ.

"Chuồn chuồn bay thấp thì mưa/Bay cao thì nắng, bay vừa thì râm" - một cách dự đoán thời tiết của người xưa để liệu chừng việc đồng áng, còn bây giờ, hễ thấy đàn chuồn chuồn dập dờn trên luống tía tô mẹ trồng, tôi đoán mình sắp được ăn cá kho.

Cuối tháng Bảy âm lịch, những trận mưa rào bất chợt hay những trận mưa lai rai đều không bị ai ca cẩm vì một điều đơn giản, tầm này là mùa mưa. Chuồn chuồn nhắc mẹ đi chợ mua cá chép và sung non. Tôi cũng chẳng tiếc công việc dang dở, nhanh nhảu tắt máy tính, chạy xuống bếp hóng mẹ chuẩn bị nấu nướng.

Mẹ bảo "Cân rưỡi cá chép và tám lạng sung là đủ làm nồi cá kho, mấy ngày mưa không cần đi chợ nữa". Mẹ chấp niệm công thức này đến nỗi chị bán sung có lần gắt lên "Tại sao cứ phải tám lạng nhỉ? Cháu tặng bà thêm một lạng". Mẹ nhất quyết không lấy.

Thấy tôi cũng băn khoăn, mẹ giải thích "Khổ lắm! Muốn thêm sung cũng không được. Dung tích cái nồi nhà mình chỉ đủ kho cân rưỡi cá và tám lạng sung".

Mấy khúc cá sau khi đã làm sạch được mẹ "xức" thêm một ít xì dầu, một ít mắm, một ít nghệ, vài lát gừng, vài thìa tương. Với mẹ, loại tương này vô cùng đặc biệt. Đó là sản phẩm dì Hai tự làm theo công thức trứ danh của bà ngoại. Mỗi vụ làm tương, dì Hai cho nhà tôi vài chai, đủ dùng quanh năm. Thế mà lúc nào mẹ cũng lo hết tương. Hiếm khi mẹ rót tương ra chấm đậu hay chấm rau, mẹ bảo "Tương để dành kho cá".

Trong lúc chờ cá ngấm gia vị, mẹ ra vườn nhổ sả, hái khế. Bó sả được cắt làm đôi, phần củ mẹ để dành cho tôi pha trà, phần còn lại mẹ xếp dưới đáy nồi. Mẹ giải thích "Làm thế này vừa thơm vị sả mà thịt cá không bị cháy". Đúng là một chiến thuật thông minh.

Trong lúc phù phép khế thành những con sao biển, mẹ bảo "Dì Hai dặn thái khế kiểu này mới xinh". Tôi không thể đếm tám lạng sung non mẹ mua về là bao nhiêu quả. Tôi thấy mẹ xếp đầy một rổ, tỉ mẩn dùng dao bổ đôi từng quả mà chẳng sốt ruột tẹo nào. À thì bổ sung cũng là một cách giết thời gian trong lúc chờ cá ngấm gia vị. Mẹ vừa thoăn thoắt làm vừa kể chuyện vui cho tôi giải trí, có đoạn cao trào, hai mẹ con không thể ngừng cười.

Tràng cười nhanh chóng đưa tôi đến công đoạn tiếp theo. Mẹ chậm rãi trải một lớp sung lên đáy nồi đã được phủ kín bằng sả, tiếp đó mẹ xếp mấy khúc cá vào, một lớp sung lại được trải lên mấy khúc cá, vài khoảng trống hở ra trong nồi được mẹ khéo léo lấp đầy bằng "sao biển" và sung. Trong lúc tôi thán phục kỹ thuật của mẹ, mẹ lại khiến tôi bất ngờ khi đắp lên nồi cá một lớp lá.

- Lá gì đấy mẹ?

- Lá khúc tần.

Mẹ bảo lá khúc tần kho chung với cá tạo nên vị bùi và ngậy. Loại lá này có tính mát, dùng để giải cảm, tiêu độc, làm sáng mắt... Mẹ chưa kể hết công dụng lá khúc tần, mắt và não tôi đã sáng hẳn ra nhờ công thức làm món cá kho siêu đẳng. Nhưng đây mới là lúc hoàn thành phần nguyên liệu, công đoạn kho cá mới thực sự là nghệ thuật.

Nhà tôi có 3 căn bếp, đủ phong cách Á, Âu, nhưng mỗi khi kho cá, những căn bếp hiện đại hầu như bị ế. Mẹ bảo "Cá kho bếp củi mới đúng kiểu". Dì Hai cũng thừa nhận điều này. Dì từng làm hỏng không biết bao nhiêu nồi cá vì kho trên bếp gas và bếp điện. Cuối cùng, chỉ có bếp củi mới đủ năng lực chưng cất được vị cá kho chuẩn chỉnh. Củi kho cá cũng phải kén loại thượng hạng. Trong tất cả các loại củi, mẹ ưng nhất củi nhãn. Điều này mẹ không giải thích được cụ thể, mẹ chỉ biết "Đun củi nhãn thịt cá mới đượm".

Trước khi chất bếp củi, mẹ phải chế biến thêm nước hàng. Tôi thấy mẹ chưng đường bằng một chiếc nồi nhỏ. Đợi đường cháy xém nồi, mẹ đổ vào vài bát nước sôi, thế là có ngay nước hàng kho cá. Nước hàng được mẹ dội đều lên từng khúc cá rồi đậy vung, đặt nồi lên bếp gas, bật lửa liu riu. Mẹ dặn tôi trông bếp và canh đồng hồ, đúng nửa tiếng sau tắt bếp cho mẹ. Lúc này mẹ tranh thủ ra vườn gom củi nhãn mang vào bếp cũ được xây từ thời các cụ. Mẹ quyết giữ lại bếp để luộc bánh chưng và kho cá. Trên tường bếp vẫn lủng lẳng chiếc mõ trâu, cái mâm gỗ từ thời bố tôi còn bé.

Sau nửa tiếng liu riu trên bếp gas, nồi cá được mẹ mang xuống bếp cũ, đặt gọn gàng vững chãi trên chiếc kiềng mặc áo bồ hóng đen nhóng nhánh. Củi nhãn chất chặt dưới kiềng, mẹ châm lửa, âm thanh lạo rạo, tanh tách bắn ra, khói trắng bùng lên múa may trên mái ngói. Mẹ bảo "Cá kho hai lửa mới ngon". Tôi băn khoăn "Thế nào là hai lửa?", mẹ giải thích "Đây là lửa đầu tiên. Kho xong lửa đầu thì nhấc nồi cá ra khỏi bếp, để qua đêm cho cá ngấu hết gia vị, sáng hôm sau tra thêm ít nước sôi rồi lại bắc lên bếp củi, kho lửa thứ hai. Đó mới là lúc món cá kho hoàn tất".

Tận mắt xem mẹ kho cá, tôi thấy mình được phập phồng, thấp thỏm theo từng công đoạn, để rồi ở cuối hành trình tôi phát hiện mình được thở đúng cách. Cảm giác vui sướng, thư giãn, dễ chịu và nhẹ nhõm vô cùng.

Mọi thứ đều mua được bằng tiền, trừ thời gian. Nhưng món cá kho *"full topping"* đã cho tôi một kho báu thời thời gian khi được sống chậm cùng mẹ, được trở về tuổi thơ ngọt ngào khi nhắm mắt cảm nhận miếng cá tan trong miệng. Nhờ thời gian, mỗi thớ cá mẹ kho đều thấm đủ vị chua của khế, vị chát của sung, vị ngọt của tương, vị nồng của nghệ, hương thơm của sả...

Với mẹ, đỉnh cao kỹ thuật nấu nướng là gom đủ hương vị thiên nhiên vào món ăn, tạo nên công thức độc nhất. Còn với tôi, bất cứ điều gì được tạo ra bằng niềm đam mê, sự sáng tạo và tình yêu, đều là tác phẩm nghệ thuật. Tôi tin năng lượng mẹ mang vào món ăn cũng quan trọng như nguyên liệu mẹ sử dụng.

Wolfgang Puck từng nói "Nấu ăn cũng giống như vẽ tranh hoặc sáng tác một bài hát. Món ăn có rất nhiều nốt hương và màu sắc. Cách bạn kết hợp chúng mới khiến bạn trở nên khác biệt". Một người tôn thờ nghệ thuật ẩm thực như Craig Claiborne cũng phải thốt lên "Nấu ăn vừa là trò chơi của trẻ con vừa là niềm vui của người lớn. Nấu nướng một cách cẩn thận là hành động thể hiện tình yêu thương".

Một điều quan trọng nữa tôi nhận ra khi quan sát mẹ kho cá, đó là lòng kiên nhẫn, sự chú ý và trên hết là sự tôn trọng dành cho những món quà vô giá của Trái đất.

Ai cũng mong được trở về tuổi thơ, nhưng không phải ai cũng biết điều kiện cơ bản để trở về miền trong trẻo ấy là... chơi đồ hàng. Nếu coi nấu ăn là chơi đồ hàng thì bếp núc không còn là việc khó nhọc nữa, người nấu ăn là những đứa trẻ đang vui chơi. Nếu xem nấu ăn là nghệ thuật thì đầu bếp là nghệ sĩ. Có được khoảng thời gian xa xỉ ở bên nghệ sĩ mang tên Mẹ, đối với tôi, nhấn nút "Tạm dừng" bao nhiêu công việc khác cũng xứng đáng.

Xương rồng không trồng mà mọc

Siêu phẩm điện ảnh "Năm đại họa - 2012" thiêu rụi các phòng vé trên khắp thế giới. Ra mắt năm 2009, thời điểm dòng phim giả tưởng về thảm họa thiên nhiên đang hốt bạc, sự kết hợp giữa hai bộ não thiên tài - biên kịch Harald Kloser và đạo diễn Roland Emmerich - giá trị tình cảm gia đình đan cài khéo léo trong các phân cảnh đầu tư kỹ xảo đồ họa ngợp mắt người xem - đã mang về thành công vang dội cho bộ phim. Xem phim ngoài rạp chưa thỏa mãn, hễ thấy phim chiếu lại trên tivi, tôi lại dán mắt vào. Đó là một trong số rất ít phim tôi không ngán cày đi cày lại.

Năm 2012 cũng có một đại họa xảy ra trong vườn nhà tôi. Chuyện là, sau khi sửa nhà, chị cả quyết định dành nhiều thời gian hơn ở quê cùng mẹ quy hoạch vườn. Khu vườn rộng, muốn thay đổi diện mạo của nó thì ngày một ngày hai không thể thực hiện, mẹ và chị cần đầu tư dài hơi, tốn công tốn của và rất tốn thời gian.

Bước đầu tiên là diệt trừ cỏ dại và những loại cây vô tri để dành không gian cho cây cổ thụ cùng loạt thành viên mới sắp được mẹ và chị mang về. Chuỗi ngày diệt cỏ vô cùng vất vả, nhưng cứ nghĩ đến viễn cảnh được chiêm ngưỡng khu vườn lộng lẫy, quy hoạch đâu vào đấy, chị cả lại thấy phơi phới trong lòng, quên hết mệt nhọc. Dẫu vậy, có một thứ trong vườn chị càng diệt nó càng mọc khỏe. Không biết gọi tên nó là gì, chị đành hỏi mẹ.

- Nhiều gai thế này chắc là xương rồng.

Xác nhận của mẹ càng khiến chị cả quyết tâm cho loài xương rồng này vào *black list*. Gì chứ, vô tích sự là phải diệt tận gốc! Chị cả thuộc tuýp người khá hiếm: đầu nghĩ, tay làm ngay. Chị không thích đắn đo, vòng vo đánh võng rồi... để đấy.

Nào thì "hóa kiếp này ra kiếp khác" - chị dùng dao băm nát xương rồng, hô biến loài cây khó ưa thành phân hữu cơ cho đất có thêm dưỡng chất. Xong giai đoạn diệt cỏ và những loài cây vô tri, chị phủi tay, yên tâm nghỉ ngơi để chuẩn bị giai đoạn tiếp theo.

- Xương rồng lại bò đầy vườn.

Thông báo của mẹ làm chị cả phẫn nộ. Không hiểu loài lắm gai này xuất hiện trong vườn nhà từ bao giờ mà bám dai hơn đỉa. Chẳng nhẽ phải băm chúng thêm lần nữa, hòa nước vôi bột dội vào thì chúng mới chịu hóa kiếp khác?

Tôi không biết năm ấy mẹ và chị cả nghĩ ra bao nhiêu giải pháp diệt xương rồng, chỉ nhớ có lần mẹ kể mẹ giật bật gốc vứt đi mà không hiểu sao một thời gian ngắn sau lại thấy xương rồng xuất hiện. Mỗi lần "tái xuất", khả năng sinh trưởng của nó khỏe gấp đôi, gấp ba. Chị cả mệt, đành "gác kiếm", không băm xương rồng nữa. Nhìn đội quân xương rồng nghễu nghện đánh đu, siết cổ mấy cây cau, mẹ cũng bất lực:

- Mày xem, giờ nó không cần rễ vẫn mọc ầm ầm.

Hồi đó tôi ham chơi nên không quan tâm chuyện cây cối, vườn tược ở nhà. Chỉ có những chủ đề giật gân kiểu "xương rồng không trồng mà mọc", "xương rồng mất gốc" mới đủ hấp dẫn lọt vào tai tôi.

- Mẹ đùa đấy à?

Đến cả những loài cây thủy sinh cũng đâm rễ tua tủa mới có thể sinh tồn, huống chi xương rồng là loài cây cạp đất để ăn. Cây không có rễ khác gì người không có chân. Dĩ nhiên tôi không tin chuyện mẹ kể. Mẹ bảo "Mày không tin thì tự ra vườn mà xem".

Tôi rượt đi rượt lại khắp vườn không tìm thấy rễ xương rồng. Quái lạ! Không có rễ mà nó phát triển đến độ chóng mặt, như thể mỗi ngày đều được nạp thức ăn tăng trọng. Xương rồng làm mấy cây cau ngoẹo đầu ngoẹo cổ, có cây gãy gục vì không chịu được sức mạnh của nó. Từ mẹ, chị cả cho đến tôi đành chống mắt lên xem kỷ nguyên mới của loài cây mất gốc.

Một lần mẹ thuê người về hỗ trợ làm vườn, đi qua lãnh thổ xương rồng, người này thốt lên:

- Thanh long nhà bà mọc khỏe thế. Hè năm nay thế nào cũng sai quả.

- Ơ, thanh long nào? Thanh long ở đâu?

Phản ứng của tôi cũng hệt như phản ứng của mẹ khi biết sự thật về xuất xứ loài xương rồng quái đản trong vườn nhà.

- Đấy, thằng Trọng nó bảo cây này là thanh long, không phải xương rồng.

Mẹ kể thêm, mới đầu mẹ cũng không tin, nhưng về sau mẹ nhớ ra hình như ngày xưa bố mang về nhà một cây thanh long. Mẹ còn nhớ bố bảo bố mua cây này ở Đại học Nông nghiệp. Thì ra cây thanh long cùng lứa với cây sung vẫn đang được mẹ chăm bẵm hàng ngày.

- Khổ thân nó, chỉ vì ta đãng trí mà nó bị băm vằm bao lần, may thế, nó vẫn sống.

Tôi an ủi mẹ:

- Không sao, nó bị hiểu lầm là xương rồng nên mới vùng lên chiến đấu dũng cảm thế chứ. Mẹ xem, giờ nó cũng chẳng giống thanh long mấy. Cành nó vừa to vừa dài, chắc khỏe như tay đười ươi.

Tôi ngoái sang chị cả, nói đùa:

- Chị cẩn thận, đi ngủ nhớ đóng chặt cửa sổ kẻo "đười ươi" leo vào phòng siết cổ tay, cổ chân đem bán, hí hí.

Chị cả và mẹ đồng thanh cười "khỉ". Mẹ xí xóa vụ hiểu lầm bằng cách đầu tư cho thanh long một hệ thống giàn kềnh càng. Thanh long không cần đánh đu trên mấy cây cau nữa, nó đã có sân khấu của riêng mình. Từ ngày được gác "tay" gác "chân" lên giàn, thanh long tha hồ bung lụa, nó trổ ra những cành xanh non mẫm mụp, dài lều nghều, trông rất đã mắt.

Ngậm đủ nắng sương, tăng trưởng vùn vụt, mùa hè năm 2022, mẹ con tôi đón tay những nụ thanh long đầu tiên. Vài ngày sau, chúng phình to như cái loa treo ở cột điện ngoài ngõ, tiếp đó, những trái thanh long mỡ màng xuất hiện. Chúng lớn dần rồi ngả màu, một góc vườn ngộp trong sắc hồng rực rỡ. Những trái thanh long ngọt sắc cho tôi cảm giác kết nối với điều không tưởng và cảm nhận phép màu như được mang đến từ một thế giới khác.

Những phân cảnh hoành tráng của phim "Năm đại họa - 2012" lại sầm sập hiện về. Nam diễn viên John Cusack vào vai Jackson Curtis, một nhà văn tìm mọi cách để gia đình mình có thể sống sót trước thảm họa thiên nhiên. Chính năm đó, mẹ con tôi cũng chào đón một thành viên trở lại với gia đình, theo cách vô cùng kịch tính và cũng thật ngọt ngào.

Bé ngoan trong vườn

Rút kinh nghiệm từ đợt giãn cách xã hội đầu tiên, trước khi COVID-19 căng thẳng trở lại, tôi quyết đoán về quê với mẹ ngay. Lần này giãn cách bao lâu mẹ con tôi cũng không sợ nữa - gạo đầy thùng, rau đầy vườn, đặc biệt, vườn nhà vừa xuất hiện thành viên mới: cây cà chua mái vòm.

Đây là bất ngờ lớn với tôi vì trước đó mẹ chưa từng hé lộ kế hoạch trồng cà chua, dù mẹ thừa biết ao ước của tôi là vườn nhà có thêm sắc đỏ. "Đánh úp" con gái vẫn là đam mê của mẹ. Hình như mẹ thích xem biểu cảm bất ngờ của tôi khi chiêm ngưỡng những kiệt tác trong vườn, nào chanh leo, nào mít, nào khế,... và bây giờ là cà chua.

Vấn đề là mẹ không chỉ khiến tôi ngỡ ngàng mà cộng đồng chuột - những tên siêu trộm - cũng được phen mắt chữ "A" mồm chữ "O" khi thấy cây cà chua mái vòm ngang nhiên xòe tán giữa vườn không chút đề phòng.

Những năm trước, mỗi khi tôi gợi ý trồng cà chua, mẹ đều gạt đi với lý do quá đỗi thuyết phục: "Không ăn tranh được với chuột". Không biết phép màu nào đã làm mẹ đổi ý. Chỉ có thể giải thích rằng mẹ luôn có những ý tưởng lạ kỳ và hành động bất ngờ.

Thời điểm bị tôi phát hiện, cây cà chua đã kịp bung ra những chùm quả căng bóng, mịn màng như gò má mấy cô gái quảng cáo mỹ phẩm trên tivi. Xem ra lứa quả đầu tiên mà chín đồng loạt, mẹ con tôi ăn bằng mắt, bằng mũi, bằng tai cũng không xuể.

- Mẹ trồng cà chua mà không sợ chuột thu hoạch trước à?

- Ta thí điểm xem sao.

Không rõ bọn chuột thông minh đến cỡ nào, chúng đã nghe ngóng được gì từ COVID-19, chúng hiểu ra sao về đại dịch này mà mấy mùa giãn cách, tôi không thấy bóng dáng con chuột nào lởn vởn quanh vườn. Hình như chúng đã đào sẵn hang và tích trữ đủ thực phẩm cho kỳ ngủ đông. Chẳng nhẽ chúng cũng biết sợ COVID-19? Dù sao những điều khó hiểu và không thể giải thích luôn là một phần thú vị của cuộc sống. Tôi coi khoảng thời gian dễ chịu đó là món quà cuộc sống tặng riêng cho hai mẹ con và Quick - chú mèo ú na ú nần của tôi.

Mẹ sai việc gì tôi cũng dạ vâng, chần chừ mãi không làm, riêng việc thu hoạch cà chua thì không cần mẹ nhắc, tôi và Quick đều hăng hái. Tôi mê cảm giác bước chậm trên con đường lát gạch quanh co từ sân ra vườn. Thi thoảng tôi chựng lại một nhịp, đứng lặng thinh, đưa mắt ngắm hai hàng tóc tiên mẹ trồng ven các lối đi, chờ gió thả xuống những luồng hương mát lành, dịu ngọt. Nhãng cái, Quick đã vượt lên trước, nằm úp bụng trên luống tía tô già, cái đuôi to như phất trần không ngừng quất lên quất xuống. Hành động này chứng tỏ nó đang khoái chí vô cùng.

Mùa đông không phải là thời điểm lý tưởng dành cho tía tô. Độ này, mẹ thường dành không gian cho thì là, rau mùi, xà lách,... nhưng vì COVID-19, luống tía tô già nghiễm nhiên được tăng tuổi thọ và trở thành loại thức uống đặc biệt cho hai mẹ con. Lá cằn, lá non và cành đều được mẹ thu hoạch, sắc lấy nước. Mẹ dặn tôi chịu khó uống nước tía tô mỗi ngày, coi như thêm liều "vaccine" phòng vệ.

Đợt ấy, cùng với cây cà chua mái vòm chóc chách quả, vườn nhà còn tươi mát hơn nhờ sự xuất hiện của những thành viên mới khác, đó là mấy chậu hẹ và vài cây quất. Ngày thường, những loại cây gia vị này mẹ phải chạy xe đạp ra chợ mua hoặc ghé cửa hàng tiện lợi giữa làng mới có, giờ chỉ cần ngồi ở nhà vươn tay ra là... tèn ten: mẻ trứng tráng hẹ và bát nước chấm thoang thoảng mùi quất xuất hiện ngay trước mặt. Nấu ăn mà tôi ngỡ mình biểu diễn ảo thuật.

Mẹ khen mấy chậu hẹ ngoan. Mỗi lần thu hoạch, mẹ tóm cả nắm to, dùng kéo "xoẹt" một nhát đến tận gốc, thế mà vài hôm sau chúng lại vùng lên xanh cả mắt. Mẹ bảo:

- Cái giống này càng năng thu hoạch càng mọc khỏe.

Mấy cây quất cũng là bé ngoan của mẹ. Mẹ dặn tôi không cần hái quả tích trữ trong tủ lạnh, mỗi bữa pha nước chấm chỉ cần ngắt một vài quả dùng luôn cho tươi. Giống này ra hoa ra quả quanh năm, lúc nào cũng sẵn có.

Hay thật! Mấy loài cây gia vị giản đơn mẹ trồng đâu chỉ cho tôi món ăn nóng sốt thơm ngon hằng ngày, điều vô ngần quý giá chúng mang đến cho tôi còn là cảm giác bình yên, an toàn và đầy đủ trong thời điểm thế giới nhao nhược vì thiếu thốn, cả vật chất lẫn tinh thần.

Tôi cười thầm, tính ra mẹ nạp cho tôi 3 liều "vaccine" cùng lúc, phòng vệ lớp trong lớp ngoài thế này, bảo sao qua mấy mùa giãn cách, khi đại dịch chính thức bặt tiếng, mẹ con tôi vẫn trộm vía, chưa biết mùi COVID-19 là gì.

- Uhm meow!

Quick lại dụi cái mũi ướt của nó vào tay tôi. À, suýt quên, đến giờ đi hái cà chua rồi.

Đom đóm

Con bé năn nỉ đòi mẹ xoa lưng thêm lần nữa. Thường thì, mỗi lần được mẹ xoa lưng, con bé lãi một giấc ngủ ngon lành.

***

Những đụn nóng mùa hè bện trong bóng tối túm tụm dạt vào một góc, nhường không gian cho luồng gió mát dịu tỏa ra từ chiếc quạt nan mẹ phe phẩy. Cạnh giường là đốm sáng con bé tự tay hon về lúc nhập nhoạng, âu yếm đặt trong vỏ trứng, hí hửng khoe:

- Đèn ngủ của con đấy.

Tôi bây giờ gấp tám lần tuổi con bé ấy, thế mà tối tối vẫn háo hức rình đom đóm. Mái tóc trắng phơ ngó ra ngoài sân:

- Sao không bật điện? Quên à?

Tối nào mẹ cũng dặn tôi đi dạo trong sân nhất định phải bật điện và chỉ được phép loanh quanh nơi có ánh sáng, tuyệt đối tránh chỗ tối.

Nhớ mùa hè năm kia, mẹ khoe tôi giàn chanh leo lá xanh mướt mát, lủng lẳng hàng trăm quả như những chiếc bóng đèn trang trí cây thông Noel. Giàn chanh leo quá cao, mẹ đợi quả chín rụng xuống rồi đi nhặt, tôi trêu "Mẹ nhặt trứng gà đấy à?". Tiếc là mẹ mới thu hoạch được vài rổ "trứng gà" thì giàn chanh leo đã bị thêm vào *black list*. Lý do là bởi có người đánh tiếng "Trồng chanh leo khác nào gọi rắn xanh vào vườn".

Con gái chưa kịp ca cẩm vụ chanh leo đi theo... cây muỗm, mẹ đã dỗ ngọt bằng cách khoe ngay mấy bụi sả rải rác quanh vườn.

- Ta trồng sả đuổi rắn đấy.

Không rõ công dụng đuổi rắn của sả ra sao. Trước khi loài cây này xuất hiện, tôi chưa từng phát hiện con rắn xanh nào, chỉ thấy mấy con rắn nước ba ngơ đam mê ngâm mình dưới rãnh, nghếch mắt nhìn lên mỗi khi tôi đi thăm vườn. Dẫu sao, mấy bụi sả của mẹ có vẻ hợp đất, chúng phát triển nhanh đến nỗi chỉ sau vài tháng, trông chúng giống hệt mấy "bà tám" bú dù. Với lại, sả còn làm nguyên liệu kho cá, pha trà nên cả mẹ và tôi đều hài lòng.

Mỗi tội mấy "bà tám" bú dù vẫn không khiến mẹ yên tâm về vụ rắn xanh. Tôi đành bật đèn, đi loanh quanh trong sân để mẹ xem tivi không cần nhấp nhổm canh me con gái nữa.

Một lần, nghe tôi nhắc đom đóm, chị cả ngao ngán "Loài này như thể tuyệt chủng ở xứ mình". Tôi không nghĩ như vậy, đom đóm chưa tuyệt chủng.

Buổi tối mùa hè, thi thoảng tôi vẫn thấy đốm sáng tí hon nào đó đánh võng gần bờ ao. Có hôm tôi lại thấy đốm sáng khoe trình "lái lụa" từ gốc cây sấu đến bụi xạ đen. Đốm sáng ấy đích thị là đom đóm.

Trong thế giới côn trùng, chỉ có một loài bọ cánh cứng duy nhất phát sáng, chính là đom đóm. Ánh sáng của chúng thực chất là phản ứng hóa học do hợp chất hữu cơ - luciferin - trong bụng chúng gây ra. Không khí ập vào bụng đom đóm phản ứng với luciferin, từ đó tạo phản ứng hóa học làm phát ra thứ ánh sáng khiến hàng triệu đứa bé như tôi ngày xưa bị mê hoặc.

Và bây giờ, đom đóm là lý do tôi thích đi bộ trong sân buổi tối mà không bật điện. Một điều đơn giản gần đây tôi mới biết: ở trong ánh sáng, tôi không thể nhìn thấy đom đóm, chỉ khi đứng trong bóng tối, tôi mới thấy điều kỳ diệu.

Tranh thủ lúc mẹ không để ý, tôi lẻn ra vườn, đứng bất động, thầm ước được thấy đốm sáng một lần nữa. Nhưng vườn nhà tôi không còn như ngày xưa. Hàng xóm nhà ai cũng thắp điện sáng trưng, ánh sáng xuyên vào mọi không gian, tìm được một góc tối tĩnh mịch thực sự là thử thách.

Đứng đợi trong bóng tối vài phút, không gian xung quanh lại sáng bừng lên bởi hiện tượng "đom đóm mắt" - cảm nhận ánh sáng không thực sự do ánh sáng gây ra mà khởi phát từ mắt hoặc não. Nói dại, trong tình cảnh này, rắn xanh bò đến gần tôi cũng không biết.

Tranh thủ thời gian chưa bị mẹ phát hiện, tôi cố gắng động não rồi nghĩ ra một cách: chạy về không gian có ánh sáng, đứng đó một lúc rồi lại chạy xuống vườn, hy vọng được nhìn thấy đom đóm thật sự trước khi hiện tượng "đom đóm mắt" quay trở lại. Để chắc ăn hơn, tôi vừa đứng đợi vừa ước...

Đốm sáng bé xíu thủng thỉnh phóng ra từ gốc cây sấu, tạt ngang bụi xạ đen, chầm chậm tiến đến chỗ tôi. Khoảnh khắc đó, tim tôi chựng một nhịp. Tôi nín thở, không dám chớp mắt. Bất giác tôi vươn hai tay ra phía trước, chụm lại... Tôi không hon đom đóm như hồi bé mà chỉ muốn tận hưởng cảm giác mình được ở gần thật gần đốm sáng thần kỳ và đáng yêu như cô tiên Tinkerbell trong truyện *Peter Pan*.

Như thể đọc được điều ước của tôi, đom đóm lướt qua, chạm nhẹ vào ngón tay tôi trước khi "quay xe", mất hút không gian. Luồng sáng lại bùng lên, mắt tôi nhòa đi vì xúc động. Tôi cuống quýt gói ghém kỷ niệm đó, cất nhẹm vào tim. Trong nhà, mẹ vừa xem tivi vừa ngoái ra sân kiểm tra, thấy con gái vẫn ngoan ngoãn đi dạo dưới ánh đèn vàng dịu nhẹ.

Tôi khẽ chạm màn hình điện thoại, lướt tìm *Fireflies* - ca khúc được chấp bút bởi nhạc sĩ người Mỹ Frontman Adam Young. Anh kể lại kỷ niệm nhìn thấy đom đóm ở quê nhà Owatonna, Minnesota khi đang thao thức vì chứng mất ngủ: *"Bạn sẽ không tin vào mắt mình/ Nếu mười triệu con đom đóm/ Thắp sáng thế giới khi tôi chìm vào giấc..."*

Lời bài hát ru tôi về tuổi thơ cùng đốm sáng lập lòe trong vỏ trứng. Ơ kìa, con bé nào đó đang thầm thì trong giấc mơ có mẹ vỗ về: "Adam ơi, cho cậu mượn đèn ngủ của tôi này."

Lời nhắn giấu trong những tầng hương

Tính cách bố mẹ tôi hợp nhau đến lạ! Một phần cây cối trong vườn mẹ đang chăm sóc do bố mang về. Tôi sinh ra đã thấy phi điệp ríu rít bện hoa đan lá ở lưng chừng cây nhãn. Loài này sai hoa nhất vào độ tháng Sáu. Nếu mẹ không giải thích, tôi sẽ mặc định nghĩ cây nhãn nhà mình nở ra... phi điệp.

Mẹ bảo, ngày xưa bố tự tay gắn những nhành phi điệp đầu tiên lên hai cây nhãn cổ thụ. Bắt chước bố, sau này mẹ cũng nhân giống phi điệp lên thân cây mít, cây sấu, cây cau, cây vải thiều... và bất cứ nơi nào phi điệp có thể bám rễ. Vườn nhà bây giờ, nhìn đâu cũng thấy phi điệp.

Tôi chưa bao giờ hỏi mẹ tại sao phi điệp được ưu ái đến thế, trong khi vườn nhà còn bao nhiêu loài hoa khác nữa. Chỉ nhớ có lần mẹ kể, hồi bố mới mất, mẹ dành nhiều thời gian ở Hà Nội với chị em tôi. Tranh thủ lúc vườn nhà không có ai trông nom, bọn trộm lẻn vào giật đứt mấy giò phi điệp. Vừa xót phi điệp vừa xót công sức của bố, mẹ quày quả về quê ở hẳn, không ra Hà Nội nữa.

Được chăm sóc bởi đôi tay nhẫn nại và tỉ mỉ của mẹ, vườn nhà thay da đổi thịt. Mẹ giăng phi điệp khắp vườn, phủ kín các lối đi. Quan sát khu vườn từ trên xuống sẽ thấy phi điệp áp đảo những loài còn lại. Cách mẹ nhân giống phi điệp rất giống phong cách kiến trúc của loài nhện. Tôi vụng nghĩ, tên trộm nào đó lạc vào vườn nhà mình lúc này chắc sẽ chếnh choáng như ruồi sa mạng nhện.

Ký ức mới nhất, sống động nhất của tôi về phi điệp là tháng Sáu năm nay (2024). Tôi thích những buổi sáng dậy sớm, mở từng ô cửa sổ, đón hương phi điệp ập vào nhà. Thức dậy và ngửi những bông hoa dường như là công việc duy nhất của tôi trong khoảng thời gian đó. Mùi hương khiến điện thoại thông minh bất lực. Không thể chối bỏ thực tế rằng không thứ camera nào "nhốt" được mùi hương. Bởi thế, tôi nhắc bản thân phải hít thật sâu hương thơm này và dùng nó để "ướp" tâm trí.

Cảm nhận từng tầng hương Phi điệp lúc sáng sớm, tôi ngỡ mình bước vào một thế giới mới lạ. Trong thế giới đó, toàn bộ phần não của tôi chuyển hết dữ liệu cho khứu giác. Vạn vật quanh tôi đóng băng, chỉ còn sự chuyển động của vũ điệu hương thơm. Nó dắt tôi vào nhịp Valse bất hủ. Toàn thân tôi đong đưa, lắc lư theo chỉ dẫn của hương thơm. Nó nhấc bổng tôi vào thế kỷ XVI, ghé chơi vùng nông thôn nước Áo và Bavaria. Cách di chuyển vừa sang trọng vừa duyên dáng của hương thơm như tiên dược thôi miên kẻ lạc đường.

Điệu Valse Phi điệp dắt tôi đi vòng quanh cây vải thiều, tạt sang cây nhãn, ghé qua cây cau... Bất cứ nơi nào hương thơm ngự trị đều có dấu chân tôi.

- Nhịn ăn sáng không tốt đâu.

Mẹ là người tạo ra hương thơm thôi miên tôi, và mẹ cũng là người nhấc tôi ra khỏi cơn mơ.

- Mẹ ngửi thấy mùi phi điệp không?

- Có chứ! Chưa đụng vào đã thơm nức mũi rồi.

Tháng Sáu năm nào mẹ cũng canh ngày phi điệp nở rộ nhất để nhắc tôi chụp ảnh. Sáng mẹ ngắm phi điệp ngoài vườn, tối mẹ xem phi điệp trên điện thoại. Vừa xem mẹ vừa trầm trồ vỗ tay tán thưởng như thể đang thưởng thức màn trình diễn nghệ thuật trên sân khấu. Mẹ khen phi điệp trong góc chụp của tôi sống động hệt như nguyên tác trong vườn mẹ.

Ngày xưa tôi quá nhỏ nên chưa biết thưởng thức phi điệp, cơ hội hỏi bố "Tại sao bố thích phi điệp?" cũng không còn nữa. Nhưng tôi đọc được lời nhắn của bố qua những tầng hương. Bố nhắc tôi dậy sớm thưởng thức món quà ngọt ngào của cuộc sống. Bố nhắc tôi chăm sóc sức khỏe thật tốt, giữ đôi mắt thật sáng để quan sát sự chuyển động kỳ diệu của thiên nhiên. Bố cũng nhắc tôi chuyển tải những rung động thuần khiết vào trang viết, tiếp tục ước mơ và sống thật hạnh phúc.

Hình như bố cũng gửi lời nhắn riêng cho mẹ. Đó là lý do lâu nay mẹ hết lòng yêu thương phi điệp và chăm sóc cây cối trong vườn. Gần đây tôi mới nghĩ ra sở thích chụp ảnh và cách thưởng thức ảnh của mẹ giống hệt bố. Chiếc máy ảnh bố mang từ Nga về vẫn còn trong không gian lưu niệm của gia đình. Được lớn lên cùng những tấm ảnh và những tầng hương trong khu vườn lộng lẫy như vẽ ra từ truyện cổ tích cũng là một cách đặc biệt bố mẹ thể hiện tình yêu thương dành cho các con.

Cạ cứng của mẹ

uối chiều, tôi đứng giữa sân ngắm gió vờn những đụn khói trắng lòa xòa trên mái ngói. Khói đặc thế này đích thị là sản phẩm bốc ra từ bếp củi nhãn mẹ dùng kho cá.

- Kính coong!

Ngoài cổng, dì Hai xuất hiện như một vị thần. Mẹ càu nhàu lần nào dì sang chơi cũng lỉnh kỉnh quà cáp. Mẹ hay mắng yêu dì thế thôi, tôi biết thừa trong lòng mẹ vui cỡ nào. Dì Hai là cạ cứng của mẹ. Dì là giáo viên về hưu, cũng đam mê làm vườn và ghét điện thoại thông minh.

- Ta muốn đâm chết cái điện thoại!

Câu nói hài hước của dì phóng thẳng vào tệp tiểu phẩm của tôi. Mỗi lần dì nhắc câu này, hai mẹ con được bữa kềnh càng bụng vì cười. Dì gắt yêu điện thoại nhưng lại là người có trách nhiệm nhất với những cuộc gọi. Tôi nghe lỏm một lần dì góp ý khéo với mẹ:

- Lúc bận việc ngoài vườn mà nghe thấy chuông điện thoại em cũng phải nhảy lên nghe!

- Ôi dào. Ta ghét điện thoại.

- Ghét cũng phải nghe, nhỡ có việc quan trọng thì sao?

Được tiếng cạ cứng nhưng mẹ và dì cũng có những màn "chặt chém" ác liệt, lãi nhất vẫn là tôi, lần nào cũng được mẻ quặn ruột.

Hè năm ngoái dì đèo sang 3 cây bồ công anh. Vừa dắt xe qua cổng, vết chân chưa kịp hằn lên mặt sân, dì đã vội vàng xách bồ công anh đi thẳng ra vườn, dùng cuốc đào 3 cái hố vùi cây vào đó. Vừa vun đất cho cây, dì vừa dặn:

- Lá bồ công anh dùng để đun nước uống hằng ngày hoặc nấu canh với thịt băm, ăn cho mát ruột. Nóng trong, rôm sảy, mụn nhọt cứ dùng bài thuốc này là khỏi hết.

Dì phủi tay, nhắc mẹ vẩy nhẹ ít nước cho cây tươi tỉnh. Sẵn chiếc vòi tưới trên tay, mẹ xối nước rột roạt vào cây làm dì hốt hoảng:

- Đã bảo vẩy nhẹ tay thôi mà.

Dì càng nhắc mẹ càng xối nhiều nước như thể đang trêu dì. Dì quay sang nhìn tôi, lắc đầu:

- Đấy! Bướng lắm cơ!

May thế! Vụ xối nước đẫm đìa không hại chết bồ công anh. Sau vài ngày, chúng đủ sức ngóc đầu lên, ưỡn ngực, vươn vai và xác định lãnh thổ để phát triển. Sau một năm, mật độ bồ công anh trong vườn đủ sức cạnh tranh với lan phi điệp. Đúng như dự báo của dì, gió "ship" hoa bồ công anh đến mọi ngõ ngách trong vườn. Hoa gieo hạt xuống đất, tự nở thành cây.

Lãnh địa bồ công anh bây giờ là sân chơi của tôi. Hễ rảnh là tôi chạy ra vườn góp sức cùng gió thổi tung những bông bồ công anh trắng muốt lên trời xanh rồi nhẹ nhàng hạ cánh xuống mặt đất tơi xốp, mát lành.

Thành công vụ bồ công anh, dì xui mẹ nuôi thêm ốc. Dì bảo môi trường ngày càng độc hại, tìm mua ốc sạch khó lắm.

- Nhà sẵn ao, chị mua vài cân ốc đủ các loại về thả, sau này tha hồ ăn ốc sạch. Khi nào cần bắt ốc, chị dấp vài cành dong xuống cho ốc bám vào rồi nhấc lên.

Dì kể đến đâu, tôi hình dung đến đấy. Não tôi bắt đầu chộn rộn những món ăn được dì liệt kê. Nào ốc luộc chấm nước mắm pha tỏi gừng đập dập, vắt vài quả quất, thêm chút lá chanh thái nhỏ li ti. Nào ốc xào chuối đậu. Nào ốc hấp lá lốt, ốc xào sả ớt...

- Ngày xưa dì bắt ốc bằng cách đó á dì?

Tôi biết, mỗi lần từ khóa "ngày xưa" được lôi ra, dì sẽ kể cho tôi nghe một rổ chuyện hấp dẫn. Đây mới là thứ đặc sản tôi "ăn" mãi không ngán. Bức tranh sống động hiện ra trước mắt tôi qua lời kể của dì. Cánh đồng lúa nước ngày xưa trù phú biết bao. Mẹ và dì tay không ra đồng gom về mẻ thức ăn khiến cả nhà được phen... cảm đạm. Có lần dì phát hiện đàn cá chuối mà không mang theo giỏ đựng, dì đành gom chúng vào vạt áo. Nghe dì kể đến đây, mẹ nhảy lên, chêm vào một câu chuyện sống động khác:

- Ối giời ơi, có lần ta phải giắt cua vào hai bên cạp quần cơ mà.

- Thì đấy! Có hôm em vớt bèo, nhấc bèo lên tóm được 2 con cá trê đánh đu ở rễ. Rồi có hôm em phát hiện con ếch béo mầm ngồi phụng phị trong hang. Em mách chị thò tay vào bắt. Sao chị bạo tay thế nhỉ?

Chuyện ngày xửa ngày xưa qua lời kể của dì và mẹ làm kim đồng hồ chạy nhanh hơn, nhưng những gì tôi gom vào bộ nhớ thì sẽ mãi ở đó. Lại sắp đến giờ dì phải về chăm sóc gia đình và khu vườn riêng của mình. Tiếc cỡ nào mẹ con tôi cũng không thể níu dì ở lâu thêm nữa.

- Lần sau dì lại sang chơi nhé!

Mấy mẹ con dì cháu thốt ra lời hẹn thay cho lời tạm biệt, vui nhẹ nhàng và bớt quyến luyến nhau. Mẹ bảo mẹ thương dì. Vì cái tính hay lam hay làm mà dì vất vả từ bé, đến tuổi an nhàn vẫn quen nếp tất bật, luôn tay luôn chân. Mẹ muốn dì nghỉ ngơi và đi chơi nhiều hơn. Để thực hiện điều đó, mẹ nghĩ ra mẹo, hễ các cậu các dì bên ngoại rủ đi chơi là mẹ thêm điều kiện: phải có dì Hai mẹ mới chịu đi.

Với tôi, có dì như có thêm mẹ. Còn với mẹ, có em gái như có thêm bạn thân.

Vừa ăn vừa ngẫm

Hương đỗ xanh quyện trong vị ngọt gạo nếp và vị ngậy mỡ gà xoắn xuýt tìm đường rúc vào từng căn phòng. Tôi vùng dậy, nhìn qua cửa kính, không gian bên ngoài vẫn còn tranh tối tranh sáng. Năm nào cũng thế, ngày giỗ bà nội, mẹ dậy sớm hơn cả chim sâu.

Tôi kéo lê những bước chân nặng nhọc sau bữa ngủ chưa tròn giấc, hướng ra phía hiên nhà. Ở đó, mẹ đang thoăn thoắt làm đầy những đĩa xôi nhuộm vàng. Để có được thành quả hoành tráng này, mẹ phải ngâm đỗ xanh từ sáng hôm trước. Đỗ xanh đủ mềm mới được mẹ nấu chín bằng nồi cơm điện. Sau đó, mẹ dùng chiếc muôi nhôm nghiền vụn những nhân đỗ chín nục chín nạc thành bột tơi mịn.

Hương đỗ xanh là thứ khiến ngòi bút của tôi bất lực, chỉ có thể nói rằng cái thứ vừa nồng vừa bùi ấy dường như là chất gây nghiện đối với tôi. Tất cả những mùi hương được sản xuất từ đôi tay mẹ, tôi mê nhất hương đỗ xanh trong món xôi vò và bánh chưng.

Bánh chưng thì Tết Nguyên đán mẹ mới làm, còn xôi vò mỗi năm mẹ làm 5 lần: giỗ các cụ, giỗ ông bà và giỗ bố tôi. Mẹ bảo, thứ gạo tốt nhất để thổi xôi vò là nếp cái hoa vàng. Nhưng đó là ngày xưa, giờ mẹ không tìm mua được nếp cái hoa vàng chính hiệu nữa, dù đã nhiều lần chi vào những nhãn hiệu uy tín và đắt tiền. Thử nghiệm vài lần, mẹ lắc đầu "Hình như nếp cái hoa vàng tuyệt chủng rồi".

Gạo nếp phu thê là lựa chọn bất đắc dĩ của mẹ, nhưng nó cũng cho ra thứ xôi dẻo thơm, đủ làm mẹ hài lòng. Để xôi vò có vị béo ngậy và màu vàng óng ả, thứ mỡ mẹ dùng phải là mỡ gà. Mẹ bảo dùng mỡ lợn cũng được nhưng không dậy mùi bằng mỡ gà.

Riêng món xôi vò, mẹ ưng nấu trên bếp gas. Mẹ giải thích "Lửa cháy thường xuyên thì xôi trong chõ mới chín đều. Đun bếp củi phập phù ta không yên tâm".

Xôi chín được mẹ chia làm 2 phần. Phần thứ nhất mẹ đong đầy đặn vào mấy cái đĩa bày lên ban thờ. Cỗ làm bao nhiêu mâm mẹ sẽ đong xôi vào từng ấy cái đĩa. Phần còn lại mẹ đong vào chiếc rá tre, đặt lên chỗ thoáng và khô ráo. Mẹ dặn tôi đánh răng rửa mặt xong thì lấy xôi ở rá tre mà ăn sáng. Biết cả nhà đều mê món xôi vò, lần nào mẹ cũng làm nhiều, ăn trong ngày không hết thì bảo quản trong ngăn mát tủ lạnh, làm bữa sáng cho cả tuần.

Mỗi lần đưa miếng xôi lên miệng, tôi lại nhớ lời mẹ "Vừa ăn vừa ngẫm nghĩ mới thấy ngon". Ý mẹ là ăn trong chánh niệm mới cảm nhận được hết vị ngon của từng loại nguyên liệu quyện trong xôi vò.

Một người bạn đam mê nấu ăn bật mí với tôi rằng chị có thể kể tên nguyên liệu trong hầu hết các món ăn phục vụ ngoài hàng, kể cả món lần đầu chị thưởng thức. Nhờ biệt tài đó, chị học lỏm được nhiều công thức nấu ăn ngon ở những quốc gia chị đặt chân đến. Tôi hỏi mẹ học cách làm xôi vò từ ai, mẹ bảo "Chẳng ai dạy cả, ta tự biết cách làm". Tôi nghĩ biết đâu chừng mẹ cũng giỏi nấu ăn nhờ biệt tài nhận biết nguyên liệu.

Bố tôi khi còn khỏe từng nói với mẹ "Người được ăn ngon sẽ biết cách nấu ăn ngon". Mỗi lời bố thốt ra đều được tôi ghim vào bộ nhớ, lâu dần tích tụ thành tệp *quotes* quý giá. Khi cần nấu ăn, tôi dùng mẹo đoán nguyên liệu và thực hành vài món - canh chua, miến xào, cá hồi sốt cam... Lâu lâu thấy cháu gái nhắn tin "Dì ơi, hôm nào dì lại làm cá hồi sốt cam nhớ". Ô hay, món này tôi nhắm mắt đoán mò nguyên liệu mà có "khách" order, chứng tỏ mình nấu ăn cũng không đến nỗi.

Bỏ túi được vài công thức, tôi thấy tự tin hơn hẳn. Nhưng xôi vò, cá kho, riêu cua - những món tủ của mẹ - vẫn là đỉnh cao tôi chưa dám chinh phục. Hoặc là tôi mắc thói ỷ lại, thấy mẹ làm ngon rồi mình không cần cố gắng nữa. Hoặc là những món ăn ngon có câu chuyện và quyền năng của riêng chúng.

Có người nói "Nếu bạn thưởng thức một chiếc bánh táo, bạn sẽ được đưa đến những quán cà phê giản dị ở Vienna. Cắn một chiếc bánh tart Bồ Đào Nha, bạn sẽ muốn đặt chân đến những dãy phố rực rỡ ở Lisbon. Hoặc bất cứ khi nào bạn thưởng thức món cá và khoai tây chiên, bạn sẽ nhớ những kỳ nghỉ đầy ắp kỷ niệm cùng gia đình bên bờ biển.”

Tất cả chúng ta đều đã từng trải qua khoảnh khắc đó - chỉ cần nếm một món ăn, chúng ta sẽ lập tức được đưa đến một thế giới khác. Món ăn không chỉ là công thức, vừa ăn vừa ngẫm nghĩ như cách mẹ tôi thực hành mỗi ngày còn là mối liên hệ mạnh mẽ giữa thức ăn và ký ức. Bằng cách đó, một miếng tiramisu có thể đưa bạn quay trở lại kỳ nghỉ ở Rome nhiều năm trước.

Vậy nên chẳng có gì lạ khi một miếng xôi vò cũng có thể dắt tôi về nhà với mẹ, ngồi bên mẹ, cùng mẹ hoài niệm ngày xửa ngày xưa.

Mất tích

Những điều xứng đáng được yêu thương và trân trọng chính là những điều bình thường và hiển nhiên.

***

Mặt trời buông rèm, bật chế độ đèn màu làm khu vườn ồn ào chìm vào tĩnh lặng. Nhài Nhật, cúc ngũ sắc, nguyệt quế, cà tím, sử quân tử, mẫu đơn... - những loài rộ hoa vào mùa hè đồng loạt nhắc nhau khép cánh để chuẩn bị cho giấc ngủ dài từ chiều muộn hôm nay đến tinh sương hôm sau.

Âm thanh duy nhất lọt vào tai tôi là tiếng rột roạt ở mặt ao. Hoàng hôn chắt chiu những tia sáng yếu ớt cuối cùng trong ngày cho mẹ hoàn tất công việc, nhưng không hiểu sao lần này mẹ vớt bèo mãi không xong.

Gần 7 giờ tối, chiếc áo chống nắng màu vàng đất vẫn bám rịt trên lưng mẹ. Tôi sốt ruột, nhắc mẹ nghỉ ngơi cho ráo mồ hôi rồi tắm. Cơm đã cắm, rau đã luộc, bữa tối còn thiếu mỗi mẹ thôi. Đống bèo mẹ vớt từ lúc cuối chiều chất cao như núi ở một góc sân, không lẽ lần này mẹ tính khoắng sạch ao? Tôi chưa kịp giục thêm câu nữa thì mẹ thở dài:

- 5 ngày rồi chưa thấy rùa. Nó đâu nhỉ? Mọi khi ta xuống ao, đụng vào bèo đã thấy rùa nhổm đầu lên, rúc vào tay rồi bơi vòng quanh cơ mà. Hay là...

Tôi phải ngắt ngay ý nghĩ tiêu cực của mẹ bằng một lý giải không có bất kỳ cơ sở khoa học nào:

- Không sao đâu mẹ ơi, chắc mấy hôm nay rùa nhường sân chơi cho cá trê ấy mà.

- Vớ vẩn! Thế chẳng nhẽ cá trê thình lình xuất hiện à? Bọn nó vẫn ở dưới ao lâu nay cơ mà. Hay rùa bị bệnh?

- Ao nhà mình sạch thế này, rùa bệnh sao được.

Mỗi lần khu vườn có biến, tôi không biết làm cách nào thay đổi suy nghĩ của mẹ. Tính mẹ vốn hay "dìm" - điều gì trong lòng mẹ càng mong thì khi thốt ra miệng, mẹ luôn chuyển hóa thành "tương lai ảm đạm". Đó là lý do mẹ nghĩ rùa bị bệnh, rồi là "Nếu không qua khỏi thì nó phải nổi lên chứ nhỉ? Có gì ta còn vớt đem chôn".

Thừa hiểu tính mẹ nhưng lòng tôi cũng rộn rạo vì lo. Hành tẩu của rùa lần này quá đỗi lạ kỳ. Độ cuối hè, tiết trời dịu hơn, tạo điều kiện cho hàng chục loài động vật thủy sinh tung tẩy, sướng nhất là rùa. Cậy biệt tài thở được dưới nước lẫn trên cạn, rùa ì oạp bò lên bờ, nằm hong nắng hong gió từ sáng đến trưa, từ trưa đến chiều. Nhiều lúc mẹ nổi hứng trêu nó, hẩy nó lủm xuống ao, vài giây sau nó lại ngóc đầu lên chọc mẹ.

Chú rùa này xuất hiện lúc nào không ai biết. Mẹ đoán thằng cháu họ bên hàng xóm mua về thả vào ao nhà mình. Từ thời ao tù nước đọng, nó đã coi nơi này là nhà. Đến khi nước ao trong trẻo trở lại, nó vùng lớn, trổ mã làm mẹ ngỡ ngàng "Mày xem, mai rùa khác nào tác phẩm điêu khắc". Từ một kẻ lạ, rùa trở thành người nhà của mẹ. Chăm sóc thể chất cảm thấy chưa đủ, mẹ sốt sắng cả chuyện đời sống tinh thần của nó. Vài lần mẹ gợi ý tôi ra Hà Nội thấy con rùa nào xinh xinh thì mua một con về thả vào ao cho nó có bạn.

- Ở một mình mãi nó buồn đấy.

- Con thấy nó đang sung sướng thì có. Thoải mái nhất là được ở một mình. Dạo này con cuốc hay đi một mình, đom đóm cũng thế, rắn nước cũng vậy... Vườn nhà mình tuyền hộ độc thân vui vẻ. Với lại, rùa còn đầy bạn trong ao: cá này, tôm này, ốc nữa này...

Bao nhiêu dẫn chứng tôi lôi ra đều nhằm mục đích khất lần việc mẹ sai. Sau này không thấy mẹ nhắc tôi "gả bạn" cho rùa nữa. Thấy nó phổng phao bằng nửa cái quạt nan, mẹ hãnh diện lắm. Ai đến chơi mẹ cũng dẫn ra bờ ao xem rùa phơi nắng. Dì Hai, dì Ba mỗi lần sang chơi đều phóng thẳng ra ao xem rùa có nổi lên không - thói quen thay cho lời chào: "Rùa à, mày vẫn khỏe chứ?"

Gần 2 tuần trôi qua, mấy hôm ở Hà Nội giải quyết công việc, tôi vẫn thắc thỏm nhưng không dám hỏi mẹ nhiều, sợ mẹ lo thêm, đành thì thọt nhắn chị cả:

"Chị thấy rùa xuất hiện chưa?". Chị cả nhắn lại: "Vẫn mất tích".

Không ngờ sự biến mất của rùa làm tôi chênh chao đến thế. Ngày thường, rùa không phải là sinh vật tôi quan tâm nhất trong khu vườn. Từ bé, tôi chưa bao giờ nảy ý nghĩ coi rùa như thú cưng. Tôi thích nhất mèo, chó, thỏ... Khi cả nhà còn ở Hà Nội, vài lần cháu tôi mua rùa về nuôi, tôi chẳng đoái hoài, mẹ cũng giục cháu đem rùa ra hồ phóng sinh cho đỡ vướng bận.

Thế rồi, từ khi rùa xuất hiện trong ao, tôi xem nó là điều bình thường và hiển nhiên bởi lúc nào nó cũng hiện diện ở đó. Điều hiển nhiên ấy đã sống cùng gia đình tôi hơn 10 năm - khoảng thời gian không hề ngắn. Trong từng ấy năm, sinh vật không biết nói thầm lặng bầu bạn với mẹ khi chị em tôi vắng nhà. Mẹ là người duy nhất có thể thoải mái chơi đùa với nó, đụng vào người nó. Mẹ yêu thương nó bằng cả trái tim, nó cũng đáp lại bằng tất cả năng lượng nó có.

***

Lúc này, mẹ đang rùng rình cùng các dì trên chuyến tàu đến Nha Trang, Mặt trời vẫn miệt mài buông rèm khi chiều muộn, tôi nhìn ra mặt ao tĩnh lặng, cồn cào ngóng một chút xao động lăn tăn trong nước.

- Rùa à, mày vẫn khỏe, đúng không?

Chiến dịch chống úng

Nếu phải kể tên một vật dụng gắn bó với mẹ lâu nhất, tôi nghĩ ngay đến chiếc xe đạp tróc sơn. Mẹ và chiếc xe đạp cùng nhau đi hết thanh xuân, cùng nhau về hưu và cùng nhau bắt đầu cuộc sống mới: ngày vài cữ đi gom xỉ than về nhà.

Một đứa mù mờ khoa học như tôi đương nhiên không hiểu mẹ rước "chất thải" về làm gì. Mẹ lại phải "gõ đầu", nhồi kiến thức vào cái não rỗng của tôi: trong đời sống thực vật, xỉ than là một tài nguyên thứ sinh hữu ích. Với đặc tính xốp, nhẹ, xỉ than thường được chọn làm thành phần phối hợp với đất trồng cây, tạo nên môi trường phát triển cho rễ cây dễ dàng hấp thụ oxy, hạn chế úng nước, làm cho đất tơi xốp, thông thoáng mỗi khi tới mùa mưa hoặc hạn chế héo úa mỗi khi chủ vườn lỡ tay tưới quá nhiều nước.

Mẹ gom xỉ than trên đường đi chợ, xếp vào chiếc bao tải nhỏ, sau đó mẹ tóm miệng bao, siết chặt bằng một sợi dây. Bao xỉ than được mẹ đặt lên xe và dắt về nhà. Tôi hình dung như vậy vì chưa bao giờ lén theo chân mẹ đi gom xỉ. Mỗi chuyến xe mẹ gom được tầm chục viên. Sử dụng chiến thuật "kiến tha lâu cũng đầy tổ", chẳng mấy chốc, mẹ đã cải tạo được phần lớn diện tích đất trồng trọt trong vườn. Hầu như chỗ nào tôi giẫm chân lên cũng phát ra âm thanh lạo rạo rất đã tai. Xem chừng đây cũng là chiến thuật của mẹ: con gái càng năng đi thăm vườn, xỉ than càng được "nghiền" mịn. Máy nghiền xỉ than chạy bằng cơm cũng rất hăng hái với công việc vừa nhàn vừa vui này.

Có lần, người bạn làm việc ở trung tâm giáo dục trẻ tự kỷ tặng tôi món quà nhỏ, đó là một cây sen đá. Tôi hí hửng mang về khoe mẹ rồi âu yếm đặt cây ở bậu cửa.

- Mày để hớ hênh thế không sợ chuột hẩy xuống đất à? Chỗ này cũng hơi ít nắng.

Tôi bật chế độ "điếc có chọn lọc" nên mấy câu "dìm" của mẹ không có tác dụng. Với lại bạn tôi từng bật mí rằng sen đá sống tốt trong môi trường khắc nghiệt, đôi khi chỉ cần một chiếc lá cũng có thể nảy chồi.

Sau 2 tuần ở Hà Nội, tôi về nhà với mẹ, lòng khấp khởi mừng khi nghĩ đến sen đá. Tầm tày chắc nó lớn lắm rồi. Đúng như mong đợi, lá cây dày hơn, bóng hơn, tán cũng rộng hơn. Thấy con gái cứ dán mắt vào chậu cây, mẹ nhắc:

- Mày phải trồng vào chậu to thì nó mới phát triển được.

Nghĩ đến chuyện đi tìm chậu, xẻng, găng tay để xới đất trồng cây, tôi nản vô cùng, bụng bảo dạ cứ để sen đá trong cái hũ bé xíu này thêm một thời gian nữa rồi tính tiếp. Nhưng ôi thôi, tính chầy bửa chưa kịp phát tác thì tôi phát hiện bên dưới những chiếc lá mẫm mụp là những vật thể lạ đang ngọ ngoạy:

- Mẹ ơi, sen đá bị ốc sên tấn công rồi!

- Chả được tích sự gì! Mấy con ốc sên vớ vẩn mày cũng sợ.

Đầu tôi lúc này chỉ có thể nghĩ làm thế nào nhanh chóng "chuyển nhà" cho cây. Hình như mẹ chờ ngày này lâu lắm rồi. Thấy tôi đi tìm xẻng, mẹ đưa ngay cái chậu gốm màu đỏ, họa tiết hoa đào:

- Trồng vào chậu này là vừa xinh.

Sau một hồi kỳ cạch đào, xúc, vun, nắn,... cuối cùng tôi cũng có một chậu cây ưng ý. Chuyển sang nhà mới rộng hơn, sen đá tha hồ trổ lá, đâm cành. Qua Tết Nguyên đán 2024, nó khoe tôi một nhành hoa vàng dịu. Tự hào về cái sự mát tay của mình, ai đến chơi cũng được tôi dẫn đi thăm chậu sen đá:

- Đây là lần đầu tiên em trồng cây.

Tôi nghĩ sau nhành hoa đầu tiên, sen đá cứ thế mà vùng lên tươi tốt. Ai ngờ, mỗi lần từ Hà Nội về, tôi lại thấy cây còi đi một chút, đất trong chậu ngày càng chắc lại, những chiếc lá mẫm mụp chuyển sang màu xám sậm và teo dần. Nhìn quanh không thấy con ốc sên nào, lạ thật, tôi vắt óc mãi không tìm ra nguyên nhân. Chẳng nhẽ sen đá ưa môi trường sống khắc nghiệt hơn?

Sau mấy trận mưa, mẹ phát hiện cái chậu màu đỏ điệu đàng không có chỗ thoát nước. Mẹ dọa rễ cây úng nước lâu ngày sẽ chết. Lại phải thay chậu khác! Giờ tôi mới thấm phần nào nỗi cực nhọc của người trồng cây. Chăm sóc chậu sen đá bé tẹo mà tôi thấy mình tốn bao nhiêu nơ-ron thần kinh. Không hiểu mẹ lấy đâu ra năng lượng chăm cả khu vườn. Nhưng kiếp nạn chưa dừng ở đó.

Lần thứ 3 chuyển sang chậu mới, sen đá tươi tỉnh được vài ngày lại bị quắn lá. Sao thế nhỉ? Chậu cây to, có nhiều chỗ thoát nước, rễ không bị úng nữa cơ mà. Mẹ giải thích:

- À, ta quên không dặn mày trộn một lớp xỉ than trong chậu. Đất trồng cây nhất định phải có xỉ than, như thế nước mới thoát nhanh.

Lại còn thế nữa. Tôi nản toàn tập. Thấy sen đá vẫn cầm cự được, tính chầy bửa lại dâng cao, mẹ giục bao lần tôi vẫn... kệ. Chỉ đến khi tôi ra Hà Nội, mẹ ở nhà mới có dịp nhồi xỉ than vào chậu.

***

Vượt qua 7749 kiếp nạn, sen đá bây giờ thích nghi môi trường mới tốt lắm rồi. Nắng, mưa, bão bùng đều chỉ là muỗi cắn inox. Xỉ than trong vai trò "chống úng" làm việc vô cùng hiệu quả. Tôi cười thầm sung sướng. Sen đá là cây của tôi, nhưng công nuôi nấng là của mẹ.

Thương xiết bao chiếc xe đạp tróc sơn cùng mẹ chở từng viên xỉ than về nhà. Để biết trồng cây và yêu cây như mẹ, tôi phải bắt đầu từ lớp vỡ lòng.

Tài sản thừa kế

Mỗi đợt về thăm mẹ, chị bé lại xót xa "Mẹ gầy quá!", "Mẹ phải chịu khó ăn uống, tẩm bổ", "Mẹ làm việc ít thôi, hôm nay làm không hết cứ để đấy, mai làm tiếp", "Mệt thì phải nghỉ, không được làm cố"...

Mẹ khẳng định "Ta vẫn ăn uống theo nhu cầu cơ thể, chúng mày đừng lo". Đâu chỉ có chị bé, hầu như ai gặp mẹ cũng than "Sao chị gầy thế?". "Chị phải tăng thêm vài cân, để phòng lúc ốm còn có sức mà chống..."

Thực ra, vấn đề thể chất người cao tuổi do nhiều yếu tố quyết định, khoa học đôi khi cũng không giải thích được cặn kẽ tại sao người này gầy, người kia béo, người này yếu, người kia khỏe...

Phần lớn trong chúng ta rất dễ bị tác động bởi những lời nhận xét, thậm chí chúng ta hoang mang khi ai đó nghi ngờ sự gầy - béo của mình là dấu hiệu tiềm ẩn của một sự cố nào đó về sức khỏe. Hoang mang nhanh chóng chuyển hóa thành lo lắng, thậm chí rối loạn lo âu, mất ăn mất ngủ. Nhưng điều đó không xảy ra với mẹ. Đáp lại những phàn nàn kể trên, mẹ chỉ cười "khì".

Thái độ của mẹ làm tôi nhớ đến một truyện cổ được người Ấn Độ truyền tai nhau nhằm khẳng định tầm quan trọng của sự điềm tĩnh. Chuyện kể rằng một cung thủ lão luyện đã chiến thắng nhiều cuộc thi và trở thành nhà vô địch thế giới về môn bắn cung. Thông tin này khiến một người bạn của anh quá đỗi vui mừng. Người bạn thách thức anh: "Tôi biết một bậc thầy bắn cung cũng là một đạo sư tâm linh. Nếu cậu đánh bại ông ta, tôi sẽ công nhận cậu là nhà vô địch thế giới về bắn cung."

Cung thủ chấp nhận thử thách và cùng bạn mình đến đạo tràng của đạo sư. Người bạn đến gần đạo sư, nói: "Thưa đạo sư, anh bạn này là nhà vô địch thế giới về môn bắn cung."

Nghe vậy, đạo sư hết lời khen ngợi. Sau đó, người bạn thông báo cho đạo sư về lý do chuyến thăm của họ. Đạo sư vui vẻ nói: "Chúng ta hãy đi dạo." Họ đi bộ một lúc lâu và cuối cùng cũng đến được đỉnh một quả núi cao, nối với đỉnh núi bên cạnh là một cây cầu treo. Bên dưới là dòng sông cuồn cuộn nước.

Khi họ di chuyển đến giữa cầu, đạo sư nói: "Ở phía bên kia có một cây chỉ có một trái. Anh có thể bắn hạ trái cây từ đây không?". Nhà vô địch thế giới giương cung và rút mũi tên, một cơn gió mạnh ào tới khiến cây cầu dây lắc lư đến nỗi anh tưởng tượng mình sẽ rơi xuống dòng sông. Anh bắt đầu run lên vì sợ.

Khó khăn lắm anh mới kiềm chế được bản thân và bắn mũi tên nhưng nó lại trượt mục tiêu. Đến lượt đạo sư, ông bình tĩnh cầm cung tên và nhắm vào mục tiêu. Cây cầu vẫn đung đưa trong gió, nhưng ông đã bắn mũi tên và lấy được trái cây.

Kết thúc câu chuyện, người nghe hiểu ra sức mạnh của đạo sư: không có gì bên ngoài có thể lay chuyển được tâm trí ông, vì thế ông không cảm thấy sợ.

Chưa từng gặp vị đạo sư nào ngoài đời thực nhưng tôi nghĩ mình học được sự điềm tĩnh ở mẹ. Không biết bao nhiêu lần người xung quanh ca thán về việc mẹ không chịu dùng điện thoại thông minh, nào là "Bà này lạc hậu thế", "Thời đại số hóa mà vẫn dùng điện thoại cục gạch", nào thì "Điện thoại thông minh có bao nhiêu cái hay bà không biết"... Mẹ vui vẻ thừa nhận "Ừ, tôi cứ lạc hậu thế đấy".

Không chạm vào thế giới ảo nên mẹ dành toàn thời gian để thiền với khu vườn. Mẹ cũng không bị thao túng bởi bất kỳ thế lực nào trong giới công nghệ. Không dùng điện thoại thông minh nên mẹ chẳng bao giờ thấy phiền bởi những người hay "màu mè", "phông bạt" trên mạng xã hội.

Tôi thấy mẹ giống như bà Tiên tự do nhảy múa trên một sân khấu bất động. Sự điềm tĩnh giúp mẹ đón nhận mọi điều mà không hề sợ hãi hay lo lắng. Tính cách này không chỉ làm cho hành trình cuộc sống trở nên vui vẻ mà mẹ còn có thể chia sẻ niềm vui đó với những người xung quanh. Càng dành nhiều thời gian ở với mẹ, tôi càng "nghiện" tính cách đáng yêu của mẹ. Ở tuổi mẹ, giữ được trái tim thuần khiết và tâm trí mạnh mẽ không phải ai cũng làm được. Cảm nhận mẹ và hiểu mẹ mới thấy được thứ ánh sáng tự nhiên tỏa ra từ mẹ.

Thật kỳ lạ, hình hài mẹ cứ nhỏ dần theo thời gian, nhưng vầng sáng của mẹ ngày càng lớn. Mẹ không cần giảng, những bài học vẫn tự nhiên đến với tôi. Một người thành công được cả thế giới ca ngợi đôi khi lại là một kẻ thất bại, trong khi một người bị cả thế giới xem là thất bại lại là người thực sự thành công. Bất kỳ thành công nào mà không có sự điềm tĩnh, thì đều là thất bại đối với cá nhân cũng như xã hội. Vậy nên, không cần phân biệt, không cần so sánh, ai cũng có chỗ đứng của riêng mình. Ngay cả một cộng đồng không có giọng nói như thực vật, con người vẫn hiểu mỗi loài có tác dụng hoặc tác hại ra sao. Sự điềm tĩnh học được từ mẹ và khu vườn của mẹ chính là thứ duy nhất được tôi xem là "tài sản". Thừa kế khối tài sản này, tôi như "chuột sa chĩnh gạo".

Thi thoảng tôi trêu mẹ "Dùng điện thoại cục gạch như mẹ lại hay, chẳng bao giờ sợ lừa đảo", mẹ bồi thêm "Ta làm gì có tài khoản mà lừa đảo, haha". Không rõ tội phạm mạng bây giờ thông minh đến nhường nào nhưng gặp người điềm tĩnh với thế sự như mẹ thì đúng là "kẻ cắp gặp bà già".

"Kể tội" xuyên lục địa

Kin ơi, đến giờ đi ngủ rồi đấy, sao con không tắt đèn?

Chị bé nhắc lần thứ 3 vẫn thấy phòng con trai sáng trưng. Nghĩ con ngủ quên, chị khẽ mở cửa, ngó vào, giật mình khi thấy thằng bé nằm bất động trên giường, mắt vẫn thao láo.

- Ơ kìa Kin, con không nghe thấy mẹ nói gì à?

- Suỵt! Bọn kiến đang làm việc, mẹ ơi!

***

- Dì xem, cháu dì ngây thơ thế đấy. Tối nào cũng thắp đèn cho kiến làm việc.

Câu chuyện đáng yêu chị bé "ship" từ Vương quốc Bỉ về Việt Nam qua đường Messenger làm tôi ngờ ngợ, hình như mình đã thấy ở đâu rồi.

- Mẹ ơi, sao mẹ thả lạc xuống bể thế này?

Tôi cũng không ít lần túm được những hành động kỳ lạ của mẹ: nào là thả cơm nguội xuống ao cho rùa ăn, nào là tưới nước canh cho cây bơ, cũng có khi mẹ cho luống xà lách uống sữa. Dẫu sao, những hành động này vẫn có thể hiểu được, bởi mẹ xem muôn loài trong khu vườn như con cưng của mẹ. Nhưng thả lạc xuống bể cảnh thì tôi thực sự không lý giải được.

Bể cảnh do bố tự tay thiết kế để trưng hòn non bộ. Bố còn lắp dàn máy bơm tạo thác nước mini. Sau vài chục năm, ngôi nhà và khu vườn đã được quy hoạch lại, nhưng vị trí bể cảnh không hề xê dịch. Hòn non bộ và thác nước không còn, mẹ dùng bể để lưu giữ cây hoa súng tím. Ngày xưa bố gieo loài cây này trong ao, nhưng có dạo cá rô phi quậy phá, súng tím bị đào bật gốc nổi phềnh. Xót công sức của bố, mẹ vớt một khóm dúi vào bể cảnh, bảo tồn đến tận bây giờ.

- Ta cho hoa súng ăn lạc đấy.

Thảo nào! Gần đây tôi thấy mẹ hay nhắc câu "Củ lạc là củ trường sinh". Mỗi năm, mẹ đợi tháng nóng nhất để mua cả yến lạc nguyên củ mới hái còn rợm nhựa đem về nhà. Lạc tươi được mẹ trải mỏng ra sân, phơi tầm chục phiên nắng già rồi tích trữ trong bao tải, dùng cho cả năm.

Có những hôm Trời xấu tính, dội nước xuống ngay cả lúc đang nắng gắt làm mẹ dở bữa ngủ trưa, vùng dậy chạy mưa. Thương mẹ vất vả, tôi gợi ý "Sao mẹ cứ phải mua lạc tươi về phơi nhỉ? Lạc nhân bóc sẵn bán đầy ngoài chợ, siêu thị". Mẹ giải thích "Lạc mua nguyên củ, phơi nắng già mới tốt".

Đều đặn mỗi tuần, mẹ đem lạc ra bóc, rang chín thơm lừng cho chị cả và tôi ăn. Ở nhà tôi, lạc rang vừa là món ăn vặt vừa là "thuốc bổ". Hè năm nay lạc mất mùa, mẹ rang tạm mẻ lạc bóc sẵn mua ngoài chợ, tôi bỏ hạt đầu tiên vào miệng, nhăn mặt "Eo ôi, giờ mới thấy giá trị lạc củ già nắng".

Thế là năm nay chị em tôi và cây hoa súng không được ăn củ trường sinh loại hảo hạng. Dẫu sao chúng tôi vẫn đầy ắp năng lượng hạnh phúc vì hiểu được tận cùng sự quan tâm và yêu thương của mẹ. Vui hơn nữa là năng lượng ấy di truyền đến cả thế hệ F3. Tôi đoán chị bé bây giờ không còn phàn nàn khi thấy con trai soi đèn cho kiến làm việc nữa. Mẹ con, bà cháu nhà tôi là thế. Hễ quan tâm và yêu thương ai, là cứ phải hết lòng!

***

Sau kỳ ngủ đông kéo dài, hoa súng tím vùng lớn, vươn vai, duỗi tay duỗi chân, trải lá kín mặt bể. Tôi phải thừa nhận, sức sống của cây hoa súng được ăn củ trường sinh cũng khác với cây hoa súng thông thường. Đàn ong thợ láu cá biến lá súng thành "sân bay", tha hồ hạ cánh rồi lại cất cánh, chở theo những giọt nước mát lành từ bể lên cho ong con trên tổ. Tôi cũng chẳng lấy làm lạ khi thấy lá súng đựng vài nhúm gạo. Lại là tác phẩm của mẹ. Mẹ biến lá súng thành "bàn tiệc" cho hội chim sâu.

- Mẹ chiều bọn nó quá, bọn nó đâu còn động lực để bắt sâu nữa.

Tôi biết, câu nói đùa của mình chỉ khiến niềm vui của mẹ nhân lên gấp bội. Mẹ rất khoái ngắm bọn chim sâu sà xuống từ cành nhãn, ngọn lộc vừng, bẹ cau... rồi tranh nhau xâu xé nhúm gạo. Dĩ nhiên, gạo mẹ chọn mua cũng là loại ngon nhất siêu thị.

Tôi nhớ có lần mẹ xót xa chuyện chim sâu, chim sẻ ở quê bị người ta săn bắn đến mức tuyệt chủng. "Mấy loài chim bé tí bé tẹo, làm gì có thịt mà sao người ta vẫn ăn?". Đáp lại bức xúc của tôi, mẹ chẹp miệng "Thế đấy".

Sáng kiến biến lá súng thành "bàn tiệc" là cách mẹ thu hút những loài chim bé nhỏ về vườn nhà mình, cho chúng một nơi an toàn để nương náu.

- Ting!

Messenger lại "ship" về tin nhắn của chị bé:

- Dì ơi, Kim đem thỏ vào phòng, đắp chăn cho thỏ ngủ.

Hết Kin lại đến Kim bị "kể tội", mà "tội" nào của các cháu cũng đáng yêu. Tôi nhắn lại chị bé:

- Bà ngoại Kim vừa cho chim sâu ăn gạo đấy này.

Tự cung tự cấp

Tía tô.

- Có.

- Khúc tần.

- Có.

- Xà lách.

- Có.

- Bồ công anh.

- Có.

- Dâu! Dâu! Dâu đâu?

- Dạ... có ạ!

- Có mà sao lí nhí thế? Hô dõng dạc lên xem nào. Miệng em đi sơ tán rồi à?

- Dạ, thưa cô, bạn Dâu hôm nay hơi mệt...

- Xương sông hay nhỉ? Cô có hỏi em đâu.

Mỗi lần tưởng tượng cảnh mẹ điểm danh các loài cây be bé trong vườn, tôi lại được mẻ quặn ruột. Thi thoảng bí ý tưởng, tôi cứ dạo quanh vườn mẹ, thể nào cũng tuôn cả mớ tiểu phẩm.

Tôi chọn "bé" Dâu làm nhân vật đặc biệt nhất trong lớp học do mẹ chủ nhiệm là có nguyên nhân. Nghe dì họ xui "Uống nước lá dâu vừa ngon vừa phòng được nhiều bệnh", mẹ tìm mua ngay cây dâu về trồng trong vườn. Mấy ngày đầu chưa kịp bén rễ, cây dâu nghoẹo đầu nghoẹo cổ trông đến là thương. Cạnh cây dâu là khóm cà gai leo và mấy cây mơ. Chúng được mẹ đem về trồng cách đây vài tuần, nay đã cứng cáp và bắt đầu leo giàn. Chẳng bao lâu nữa, lá dâu, cà gai leo, lá mơ sẽ được mẹ thêm vào thực đơn uống bổ dưỡng.

Sáng ngủ dậy, việc đầu tiên mẹ làm là ra vườn hái lá đem về đun trong cái nồi xăm xắp nước. Sau vài hôm uống nước tía tô, mẹ lại đun lá bồ công anh, ngải cứu, diếp cá... Từ ngày mẹ làm đầy thực đơn đồ uống, khu vườn nhà tôi mới đúng nghĩa vườn dược liệu. Ban đầu, mẹ lo tôi không ưa vị ngải cứu nên mẹ dỗ dành:

- Lúc mới uống thì đắng, nhưng càng ngẫm nghĩ càng thấy ngọt.

- Vâng, vị ngải cứu ngon mà mẹ.

Thấy tôi khẳng định chắc nịch, mẹ vui ra mặt. Thực ra khẩu vị của tôi khá giống mẹ, không đỏng đảnh khó chiều chút nào. Chị cả thì xuề xòa khỏi nói: ăn gì cũng được, uống gì cũng ưng. Nhờ đôi tay khéo thu vén của mẹ, khu vườn được bật chế độ tự cung tự cấp và hạn chế thương mại. Những loại cây nhỏ bé trong vườn vừa được mẹ sắc nước uống, vừa được mẹ hô biến thành những món ăn ngon.

Lá bồ công anh mẹ dùng nấu canh thịt băm; ngải cứu rán với trứng gà; tía tô không thể thiếu mỗi khi mẹ xào món ốc chuối đậu, đảo chung với cà tím cũng rất ngon; xương sông và lá lốt cũng được mẹ hái về "may áo" cho món chả.

Trong "núi" hành lý ký gửi của chị bé mỗi lần trở lại Bỉ, xương sông và lá lốt lúc nào cũng có vị trí riêng. Chị bé tích những chiếc lá quý giá này trong tủ đá, lâu lâu bỏ ra một ít cuộn với thịt, rán xèo xèo trong chảo dầu cho thỏa nỗi nhớ quê.

Chả lá lốt xương sông có một "fan cuồng", chính là Kin. Với thằng bé, thưởng thức chả lá lốt xương sông tại Bỉ mới cảm nhận được hết vị ngon của món ăn. Ở Việt Nam, mỗi lần rán chả, bà ngoại cho Kin xơi cả đĩa to, nhưng cái nóng "cắn cấu" ở xứ nhiệt đới làm thằng bé mất hứng, ăn uống giống như... trả bài cô giáo. Chỉ đến khi chả lá lốt xương sông dậy mùi ở trời Âu, vị giác của Kin mới được đánh thức.

Lá lốt, xương sông, ngải cứu... trở thành món quà quý được ship đi khắp nơi. Ai về nhà tôi cũng thích đi thăm vườn, tự tay hái rau, có khi ăn ngay không cần rửa. Rau sạch đúng nghĩa mà! Không ít lần bạn tôi mang lá lốt, xương sông vào Sài Gòn, chụp vài tấm ảnh, khoe: "Bọn trẻ con khen chả lá lốt xương sông ngon nuốt lưỡi".

Một vị khách bay về từ xứ cờ hoa, chỉ ước ao được ăn canh riêu cua mẹ nấu. Khách còn thì thào yêu sách "Riêu cua nhất định phải có món rau ghém hái trong vườn". Bữa đó cả nhà tôi vừa ăn vừa xem sâu bò lổm ngổm trên mặt bàn. Khách khoái lắm: "Rau sạch có khác!".

Ở nhà tôi, gọi tên các loài dược liệu cũng hết ngày, bởi mỗi loài đều được mẹ đính kèm một câu chuyện. Ví như lá mơ, mẹ kể, chị cả mắc chứng nhạy cảm đường ruột từ bé, không có lá mơ thì "ải chỉa" tuốt ruột.

Còn tôi, nhìn lá mơ là nghĩ ngay đến món trứng cuộn. Từ nay, mấy chậu hẹ trước cửa nhà không còn là thứ gia vị duy nhất mỗi khi tôi khuấy trứng. Mẹ bảo, trứng tráng lá mơ cũng ngon!

Đầu tháng Chín, siêu bão Yagi chiếm trọn spotlight các kênh truyền thông, mạng xã hội. Chưa rõ cơn bão này đáng sợ nhường nào, nhưng hễ bật tivi là thấy ngay thông tin về bão, mẹ cuống cuồng lên thực đơn cho cả tuần mưa gió. Ngoài món cá một nắng, nhộng rang, mẹ còn tranh thủ ra vườn vặt những quả lặc lè cuối cùng trên giàn. Mẹ bảo "Mấy ngày bão không đi chợ được, có lặc lè già mà ăn cũng tốt".

Tôi mở tủ lạnh, thấy sả, tía tô, bồ công anh, ngải cứu, diếp cá, lá mơ,... được mẹ sắp trong từng túi riêng, gọi tên loài nào cũng nghe tiếng "Có ạ" rất dõng dạc. Tự dưng tôi khoái trò điểm danh quá chừng. Bão chưa đến, căn bếp đã được mẹ hô biến thành siêu thị mini. Chế độ tự cung tự cấp của mẹ thật tuyệt vời.

Tâm bão

Yagi (tức bão số 3 theo cách gọi Việt Nam), bắt nguồn từ một vùng áp thấp hình thành vào ngày 30/8, cách Palau khoảng 540 kilomet về phía Tây Bắc. Ngày 1/9, cơn bão được Cơ quan Khí tượng Nhật Bản phân loại là bão nhiệt đới. Đây cũng là siêu bão nhiệt đới hàng chục năm mới xảy ra một lần ở các tỉnh phía Bắc. Lần đầu tiên tôi biết thế nào là sống trong tâm bão và lần đầu tiên trong đời chứng kiến sự nổi giận của thiên nhiên.

Ai cũng chờ bão trong cảm giác thấp thỏm. Dường như tất cả năng lượng mọi người đang có đều dồn vào việc lo lắng. Phần lớn bạn bè tôi ở Hà Nội sống trong chung cư cao tầng. Khi mua căn hộ, ai cũng ưu tiên khu vực phù hợp điều kiện. Sự tiện nghi trong những căn hộ cao cấp khiến mọi người yên tâm về mức độ an toàn, nhưng có lẽ không ai nghĩ đến siêu bão.

- Đừng chủ quan. Tránh mấy cửa kính ra. Chui vào bờ tường ngồi. Sợ quá thì chui vào nhà vệ sinh.

- Ôi, nghe tiếng gió rít ghê quá!

- Mong bão nhanh qua.

Tôi nghĩ, giống như COVID-19, Yagi là lời nhắc nhở thứ 2 của Mẹ tạo hóa: đứng trước thiên tai, người và muôn loài đều bình đẳng. Trước bão, hình ảnh người ta tranh cướp nhau từng mớ rau, khay thịt ở chợ, ngoài siêu thị khiến tôi liên tưởng cảnh báo của mẹ:

- Cái bàn gỗ nhà mình không bao giờ có kiến gió, thế mà sáng sớm hôm nay bọn nó chạy loạn trên bàn. Hay là bọn nó chạy bão nhỉ!

Thôi đúng rồi. Trước khi tìm nơi trú ẩn, chuột cũng lủm mất quả thanh long cuối vụ còn xanh nõn trên giàn. Riêng vụ đánh hơi "mùi" nguy hiểm, động vật và côn trùng thính hơn người.

Siêu thị mini thực phẩm tự cung tự cấp sẵn sàng trong bếp giúp hai mẹ con tự tin trú ẩn trong căn nhà được thiết kế theo kiểu Trung Âu với những tảng tường dày bằng vài gang tay. Dẫu vậy, Thời sự nói rằng Yagi là cơn bão không ai có thể lường trước hậu quả.

24 giờ trước bão, Yagi cho khu vườn và ngôi nhà "nháp" chút cuồng phong. Một góc mái kính trên tầng thượng bật đinh ốc, gió thốc vào tạo âm thanh tra tấn màng nhĩ. Mẹ thình lình xuất hiện ở lối ra ban công. Tôi nhất quyết không cho mẹ đến gần cửa kính. Mẹ phân bua rằng mẹ muốn chạy ra ngoài tháo nắp cống, đề phòng lúc mưa dội xuống, nước không kịp thoát, sẽ tràn xuống các phòng.

- Từ lúc này mẹ con mình phải trú ẩn trong nhà. Bên ngoài gió xoáy ghê lắm mẹ ạ.

Không hiểu sao, trong những tình huống nguy hiểm, sóc cũng phải thua mẹ về tốc độ. Thấy gió cuốn chiếc nón ra hiên, mẹ lại muốn mở cửa chạy ra nhặt nón. May mắn cho tôi, lần này mẹ chựng một nhịp để hỏi ý kiến con gái trước khi mở cửa. Thấy tôi quả quyết lắc đầu mẹ mới chịu dừng lại.

16 giờ trước bão, trời bỗng nhiên lặng phắc không một gợn gió. Luồng không khí khô và nóng trùm kín không gian tạo nên sự tĩnh lặng đáng sợ. Điện thoại rời tay vài phút, tin nhắn lại kéo về chật ních bộ nhớ. Nỗi sợ của mọi người đã ở mức tột cùng. Ai đó trong nhóm chat tự trấn an bằng mấy câu nói đùa: "Siêu bão gì mà đi chậm như rùa bò", "Hết sức cảnh giác nhé anh em, nó đang đi tàu nhanh rồi đấy". Tất cả đã sẵn sàng đón bão.

2 giờ trước bão, bầu trời bật chế độ "lật bánh tráng", bức tranh lặng gió chỉ mất vài giây để chuyển cảnh, hóa thân thành bộ phim "Ngày tận thế". Cây cối trong khu vườn trở thành nhân vật chính của phim. Yagi đi tàu nhanh là có thật! Thời khắc bão chuẩn bị chạm tới chính là lúc gió giật dữ dội nhất. Cây lộc vừng, cây ngọc lan, cây cau, cây khế, cây mẫu đơn, cây hoa sữa,... và 2 "ông thần" nhãn nhà tôi bị bão vần vò thảm hại. Hàng vạn chiếc lá bị bão dứt xuống rồi lại giật tung như tàn tro bay lên sau mỗi cú "bom rơi đạn nổ". Mẹ và tôi dán mắt vào cửa kính, nhịp tim cuốn theo từng nhịp giật của gió.

Công sức và tâm huyết bao năm của mẹ khiến cả khu vườn trở nên nguy nga, lộng lẫy bị bão tuốt sạch, chỉ trong phút chốc. Thấy mắt mẹ đuổi theo từng nhành lá, tôi cũng thắt ruột.

- Duỳnh!

Âm thanh đáng sợ phát ra gần khu vực bếp sau một cú vặn ác ôn của gió. Tôi không thể cản mẹ được nữa. Thoắt cái, hai mẹ con đều đứng chôn chân ở gian bếp, tận mắt thấy cành nhãn khổng lồ bị bão đốn ngã, rơi sát sạt cửa kính. Rơi mất cành to thế này coi như đi tong 1/3 cây nhãn cổ thụ. Thương cây phát khóc, nhưng lúc này, nỗi sợ choán hết cả sự xót xa. Không biết "ông thần" nhãn còn lại trụ được bao lâu nữa, nếu gió tiếp tục cuồng loạn, và độ xoáy ngày càng dã man hơn. Chưa bao giờ tôi thấy mẹ sợ và lo đến thế. "Ông thần" nhãn mấy trăm tuổi mà đổ vào nhà thì trận bão này là một thảm họa. Tất cả những gì tôi có thể làm là cầu mong "ông thần" không gục ngã. Cố gắng lên, một chút nữa, một chút nữa thôi...

16 giờ ngày 7/9/2024, cuồng phong tạm ngừng, mây đen giăng kín trời, nước tràn xuống từ tầng thượng do mái kính bị gió xé vỡ. Mẹ con tôi lọt thỏm trong tâm bão.

Dưới tán cây lao xao

Không điện, không Internet, không sóng điện thoại. Bão Yagi cắt đứt liên lạc của mẹ con tôi với thế giới. May mắn là tôi đã kịp sạc đầy pin cho tất cả điện thoại còn dùng được trong nhà, để chúng luân phiên thắp sáng thay đèn. Khoảng lặng ngắn ngủi trong tâm bão giúp hai mẹ con bình tâm trở lại, suy đoán tình hình và cùng hy vọng bão nhanh qua.

6 giờ tối, gió xoáy, gió giật bắt đầu trở lại. Hình như trước khi rời đi, Yagi quyết tâm vắt kiệt năng lượng khu vườn, nhưng hai "ông thần" nhãn thà bị tuốt trụi những cọng lá cuối cùng còn hơn gục ngã trước bão. Sau một tiếng đồng hồ làm cây cối quần quại và biến mưa nặng hạt thành những hạt bụi đáng thương, cuồng phong cũng thấm mệt.

7 giờ tối, tiếng mưa trở nên rõ ràng hơn, cây cối đong đưa trong trạng thái thư giãn, có lẽ siêu bão đã suy yếu thành áp thấp nhiệt đới. Mưa không nghỉ chút nào từ lúc bão tan.

Sáng hôm sau, tôi tỉnh giấc khi mẹ đang đun nước. Việc đầu tiên tôi làm là chạy lên sân thượng, phát hiện bão đã cuốn đi 1/3 mái nhà. Đó là lý do mẹ phải soi đèn cho tôi tát nước cả buổi tối. Nhưng, khung cảnh vỡ vụn trên gác không đau lòng bằng sự hoang tàn dưới sân và trong vườn. Cành nhãn gãy choán hết lối ra cổng. Lá rụng dày mặt sân. Nhiều cây thân mềm bị bão quật nằm bẹp dưới đất. Tôi ngước nhìn hai "ông thần" nhãn. Lúc này trông họ không khác những người trở về từ cõi chết. Xác xơ và tơi tả, họ vẫn hiên ngang đứng gác hai bên đầu hồi. Nếu cây không giúp giảm tốc độ của gió, ngôi nhà còn bị thiệt hại nhiều hơn.

Trước khi bão Yagi ập đến, cây vẫn thầm lặng bảo vệ người, vì thầm lặng nên người không biết. Cây làm mát không khí, giảm nhiệt độ khí quyển. Cây cung cấp trái cho chúng ta ăn hằng ngày. Cây thu hút động vật, sinh vật hoang dã và trở thành ngôi nhà của nhiều loài. Có cây, tôi mới được nghe chim hót mỗi sáng, được ngắm đom đóm mỗi tối. Sứ mệnh của cây đâu chỉ có thế. Thuở bé, tôi và các chị đều có thói quen ngước nhìn cây. Đam mê viết của chúng tôi, nhờ cây, mà được chắp thêm đôi cánh.

Tiếng gọi khe khẽ bên kia cánh cổng làm chuỗi suy tư của tôi đứt ngang:

- Bà ơi, vợ chồng cháu sang giúp bà mở lối đi.

Anh chị hàng xóm vừa dọn xong bãi "chiến trường" ngoài ngõ tiện thể chạy sang nhà tôi giúp một tay. Tình người là thứ lấp lánh ngay cả trong ánh sáng ban ngày. Nếu không kéo được cành nhãn khổng lồ ra khỏi cổng, mẹ không thể đi gọi thợ về chống cây và sửa mái nhà. Người người nhà nhà bận bịu khắc phục hậu quả sau bão, thế mà hễ mẹ nhờ một tiếng, ai cũng sẵn sàng giúp, đơn giản là vì họ đều yêu quý mẹ.

Vài tiếng đồng hồ tạnh ráo giúp tấm mái vừa vá kịp khô trước trận mưa đền cây. Tôi hỏi mẹ "Mưa đền cây là gì?", lần này mẹ lắc đầu "Ta không biết". Mẹ đang bận chỉ đạo người chống cây ở vườn trước và vườn sau. Cây na, cây Osaka - mấy đứa con cưng của mẹ - phải được cứu trước tiên.

Tôi vui vẻ ngắm bọ xít bò ngang bò dọc trên những cành nhãn đã được anh chị hàng xóm chặt nhỏ, vun thành đống giữa sân. Vài chú chim sâu đậu chơi trên cành nhãn vụn giật thót mình, bay vút lên ngọn lộc vừng. Tôi không biết những sinh vật bé nhỏ trú ẩn ở đâu khi bão về, chỉ thấy chúng trở lại trạng thái bình thường rất nhanh, như chưa hề có biến cố nào xảy ra.

Mẹ bảo quê mình là vùng "bờ xôi ruộng mật", chút trầy xước sau bão chưa thấm vào đâu so với thiệt hại to lớn của bà con những vùng khác. Vẻ điềm tĩnh của mẹ lúc này khác hẳn buổi tối hôm trước, lúc mẹ tranh ngủ phòng ngoài gần cây nhãn để tôi được ngủ phòng trong. Mẹ lo nửa đêm bão giật cây nhãn đổ vào nhà. Ngủ ở phòng trong, tôi sẽ an toàn hơn.

Tối lo cho con gái út, sáng mở mắt, mẹ lại sốt sắng cho đàn con đặc biệt trong vườn. Việc đầu tiên mẹ làm sau bão là đi gọi người về chống cây. Trước bão, trong bão, sau bão, nhìn đâu tôi cũng thấy bóng dáng mẹ. Trộm vía, mẹ nhanh nhẹn và năng động đến mức tôi ngỡ mẹ có siêu năng lực phân thân.

Mẹ nỗ lực chăm sóc và bảo vệ khu vườn đâu chỉ vì đam mê của mẹ, mà còn vì tương lai chị em tôi. Kế hoạch dài hơi của chị bé là trở lại Việt Nam và không bay đi đâu nữa, ước mơ của chị cả là mua đất hàng xóm để trồng thêm cây. Không tích trữ tiền trong ngân hàng, không quy đổi tiền thành các giá trị vật chất khác, chúng tôi chỉ có một ước mơ giản dị: biến khu vườn thành "ngân hàng oxy". Sau tất cả những món quà cuộc sống ban tặng, chị em tôi nhận ra nhu cầu thiết yếu và xa xỉ nhất là... thở.

Vườn nhà tôi sẽ là nơi cư trú của 3 nhóm cây: cây quá khứ, cây hiện tại, cây tương lai. Sự kết nối của cây cũng giống như sự kết nối các thế hệ trong gia đình. Ông bà, bố mẹ, chị em tôi và những đứa cháu. Ngày nào đó, tất cả sẽ về đây, cùng nhau thưởng thức khúc hoan ca của thời gian. Dưới tán cây, chúng tôi ôn lại kỷ niệm hôm qua, tận hưởng từng khoảnh khắc hôm nay và vẽ vời những câu chuyện ngày mai.

About the Author

Kieu Bich Thuy

Kieu Bich Thuy

Sinh năm: 1984

Nơi sinh: Hưng Yên

Cử nhân Nghệ thuật - Đại học Mỹ thuật Công nghiệp

Công việc hiện tại: tác giả tự do

Sách đã xuất bản: Tả Phìn Hồ - Ngôi làng trong sương -
Truyện ký - NXB Ukiyoto, Canada, năm 2024